மோகமுள்

திரைக்கதை

ஞான ராஜசேகரன்

காவ்யா

மோகமுள்

திரைக்கதை

©ஞான ராஜசேகரன்

முதல் பதிப்பு : 2020

வெளியீடு : காவ்யா

16, இரண்டாம் குறுக்குத் தெரு, டிரஸ்ட்புரம்,
கோடம்பாக்கம், சென்னை -600024
போன்: 044-23726882 / 9840480232
அச்சாக்கம் : மணி ஆப்செட், சென்னை -77
அட்டை, உள் வடிவமைப்பு: நாதன்
பக்கங்கள் : X II+ 132 = 144
விலை : ரூ.170/-

Moghamul

Screenplay

©Gnana Rajasekaran

First Edition : 2020

Published by **KAAVYA**
16, 2nd Cross Street, Trustpuram,
Kodambakkam, Chennai - 600 024.
Phone: 044 - 23726882 / 9840480232
e-mail : kaavyabooks@gmail.com.
Website : www.kaavyaa.com.
Printed at : Mani Offset, Chennai.-77
Desingned by: Nathan
Pages: X II+ 132 = 144
Price : ₹ 170
ISBN: 978 - 93 - 89182 - 12 - 5

தி. ஜானகிராமன்
(1921-2020)
நூற்றாண்டு நினைவாக

முன்னுரை

தமிழில் திரைப்படம் ஒன்றை இயக்கவேண்டும் என்கிற எண்ணம் என்னில் வலுப்பெற்றது 1980 களின் ஆரம்பத்தில் தான். ஆனால் எப்படிப்பட்ட படமாக அது இருக்கவேண்டும் என்பதில் எனக்கு ஒரு குழப்பம் இருந்தது. தமிழில் வெளி வருகிற மசாலா அல்லது பார்முலா படங்களைப் போல் என் படம் இருக்கக்கூடாது என்பதில் நான் தெளிவாக இருந்தேன். அப்படியானால் என் படம் எப்படி இருக்க வேண்டும்? மலையாளம், வங்காள மொழிகளில் வெளிவருகிற கலைப்படங்களைப் போல் இருக்க வேண்டுமா? அல்லது பரீட்சார்த்தமான முயற்சியாக இருக்கலாமா ?

ஆழ்ந்த யோசனைக்குப்பின் நான் ஒரு முடிவெடுத்தேன்.தமிழ்ச் சூழலுக்கு அன்னியமில்லாத-சுவாரசியமான ஒரு கதையைத் தேர்ந்தெடுத்து அதை முடிந்தவரை தரமான சினிமாவாகத் தந்தால் என்ன? இந்த எண்ணம் வந்தவுடன் என் சிந்தனையில் வந்தது தி ஜானகிராமன் அவர்களின் மோகமுள் நாவல்தான்.

ஆனால் மோகமுள் நாவலைத் திரைப்படமாக்க பல முன்னணி இயக்குனர்கள் முயன்றதாகவும் பல்வேறு காரணங்களால் அது சாத்யமாகவில்லை எனவும் அறிந்தேன்.அதற்காக என் முயற்சியைக் கைவிட நான் தயாரில்லை. திரைப்படமாக்குகிற நோக்கத்தில் மோகமுள்ளை வாசிக்க தொடங்கினேன்.

தமிழில் எழுத்தின் மூலம் காட்சிகளை உருவாக்குவதில் மிகச்சிறந்து விளங்குபவர் தி. ஜானகிராமன். மேலும் அவர் எழுத்தில் ஒரு வசீகரம் உண்டு. அதனால் தான் பலரும் அவரது நாவலைத் திரைப்படமாக்க துடிக்கிறார்கள். ஆனால் கதையில் இருக்கும் வசீகரத்தைத் திரையில் கொண்டு வரமுடியுமா என்பதில் எல்லோருக்கும் சந்தேகமும் அவநம்பிக்கையும் இருப்பதால்தான் சினிமாவாக வருவதில் தாமதம் ஏற்படுகிறது என்று நான் கணித்தேன்.

IV

மோகமுள் பல்வேறு அடுக்குகளைக் கொண்ட ஒரு நாவல். ஒரு காவியத்தைப் போல பல துணைக்கதைகளையும் அது தன்னுள் கொண்டிருக்கிறது:

1) பாபு- யமுனா- தங்கம்மா: இவர்களுக்கிடையிலுள்ள உறவு....

2) ரங்கண்ணா- பாபு- பாலூர் ராமு-

பூனா இசைக்கலைஞர்கள் :

சாஸ்திரிய சங்கீதம் பற்றிய ஆழ்ந்த விசாரம்- உன்னதங்களைத் தேடும் பயணம்.....

3) சுப்பிரமணிய அய்யர் - பாலம்மாள்- மராட்டிய பார்வதிபாய்- கலப்பு திருமணம்- யமுனா-அதன் பிரச்சனைகள்....

4) பாபு- தந்தை வைத்தி-ராஜு- உபாசனை- ஸ்திரிகளைத் தெய்வமாக மதிப்பது- அம்மா, அக்கா, பட்டு- சங்கு- பட்டப்பா கதைகள்....

5) ராஜம்- அவன் தந்தை- காமத்துடனான அவனது போராட்டம்- மழைக்கு வீட்டில் ஒதுங்குகிற பெண்- பெண்ணைத் தெய்வமாக வழிபடுவது....

இப்படி பலவிதமாக DEVELOP செய்யக்கூடிய PLOTகள் நிறைந்த நாவல், மோகமுள்.

மோகமுள் சினிமாவுக்காக திரைக்கதையை எழுதும் போது தி.ஜா. அவர்களின் மிகப்பரந்த CANVAS லிருந்து, நான் எளிமையான கதைக்கரு ஒன்றினைத் தேர்வு செய்து கொண்டேன்:

சங்கீதத்தில் ஞானியாக விரும்பும் பாபு என்கிற இளைஞன் ஒருவனின் காதல் கதை- தன்னை விட பத்துவயது பெரியவளான யமுனா மீதுஅவனுக்கு இருக்கிற பக்திக்காதல் (Platonic Relationship)- அடுத்த வீட்டு இளம் பெண்ணுடனான உடல் சார்ந்த உறவு (Physical Relationship) இவை இரண்டும் பாபு என்கிற சங்கீதக் கலைஞனை எங்ஙனம் அலைக்கழிக்கிறது

அதிலிருந்து அவன் எப்படி மீண்டு சங்கீத கலைஞனாகிறான் என்பது தான் என் திரைக்கதை.

திஜாவின் எழுத்தில் ஒரு MAGIC இருக்கும். அவர் பூடகமாகவே எழுதி நமக்கு சொல்லவேண்டியதைச் சொல்லிவிடுவதில் மிகவும் தேர்ந்த எழுத்தாளர் அவர். அவற்றை நாம் வெளிப்படையாக சொல்ல முயன்றால் சில சமயம் ஆபாசமாக ஆகிவிட வாய்ப்புண்டு. எனவே மோகமுள் திரைக்கதை என்பது ஒரு கம்பிமேல் நடக்கிற சாகச வித்தை போன்றது தான்.

யமுனாவின் கதாபாத்திரம் நாவலில் முழுக்க முழுக்க வியாபித்திருந்தாலும்- அதில் அவள் பேசுகிற உரையாடல்கள் மிகமிகக் குறைவு. மோகமுள் திரைப்படத்தில் யமுனா சுமார் 22 காட்சிகளில் வருகிறாள். பல காட்சிகளில் யமுனா இப்படித்தான் பேசியிருப்பாள் என்று யூகித்து எழுத வேண்டியிருந்தது. அது ஒரு மாபெரும் சவால் என்றுதான் சொல்ல வேண்டும்.

உதாரணமாக, பாபு யமுனாவிடம் தன் விருப்பத்தைச் சொல்லும்போது யமுனா "வேண்டாம் பாபு வேண்டாம்" என்று கெஞ்சுவது போல சொன்னாள் என்கிறார் திஜா. யமுனாவின் சம்மதம் அதில் மறைந்திருப்பதைத் தான் அவர் அப்படி சொல்கிறார். பாபுவின் வளர்ச்சிக்கு அது தடையாகும் என்று கருதி அவள் வேண்டாம் என்கிறாள்.

மோகமுள் சினிமாவில் யமுனாவை இந்த இடத்தில் கீழ்கண்டவாறு நான் பேச வைத்தேன்: "மூழ்கிண்டிருக்கிற கப்பல் மாதிரி நான் இருக்கேன். அதில் ஒண்டிக்க யாராவது இடம் கேட்பார்களா பாபு? வேண்டாம் பாபு வேண்டாம்"

பின்னணி இசை சேர்ப்பின்போது இளையராஜா, "அற்புதமான வசனம், தி.ஜா, தி.ஜா தான்" என்றார். நான் எழுதிய வரிகள் தி.ஜாவின் வரிகளைப்போல் தெரிவது எனக்கு கிடைத்த மிகப்பெரிய பாராட்டாக நான் கருதினேன்.

VI

இன்னொரு காட்சி.

அடுத்த வீட்டுப்பெண் சுவரேறி வந்து பாபுவுடன் இரவைக் கழித்துவிட்டுச் சென்றவுடன்- பாபு குற்ற உணர்ச்சியுடன் யமுனாவிடம் வருகிறான். ஒன்றும் சொல்லாமல் சென்று விடுகிறான். யமுனா மீண்டும் அழைக்க திரும்பி வந்து மனதில் உள்ளதைச் சொல்கிறான்.

பாபு: யமுனா, உனக்கு நான் துரோகம் செய்துவிட்டேன்!

யமுனா: இதில் எனக்கென்ன துரோகம்?

நாவலில் இதற்கு மேல் பதில் இல்லை. திஜா நமது சிந்தனைக்கு விட்டுவிடுகிறார். ஆனால் சினிமாவில் இதைச் சற்று விளக்கி சொல்லவேண்டும் என்று கருதினேன். பாபு யமுனாவுக்குச் சொந்தமானவன் என்று அவன் நினைக்கிறான். தங்கம்மாவின் உறவின் மூலம் யமுனாவுக்குத் துரோகம் செய்ததாக அவன் உணர்கிறான்.

எனவே சினிமாவில் பாபு சொல்கிறான்:

"பிச்சிப்பிச்சி சொன்னா தான் உனக்கு புரியுமா?
வேற ஒரு பெண் என்னைப் பலவந்தப்படுத்தின போதுதான்
உனக்கும் எனக்கும் உள்ள உறவு
எனக்கு புரிந்தது யமுனா!" இந்த விளக்கத்தைப் பலரும் பாராட்டினர்.

இப்படி 'மோகமுள்' முழுவதும் ஏராளமான 'திரைப்பட சவால்களை' நான் எதிர்கொள்ள வேண்டியிருந்தது.

மோகமுள் திரைப்படத்தைப் பார்த்து விட்டு தி.ஜாவின் நண்பர்களான திரு. சிட்டி, திரு. கஸ்தூரி ரங்கன் முதலானோர் பாராட்டியபோது நான் மனநிறைவடைந்தேன்.

'மோகமுள்'ளின் சிறப்பே அதன் மையக் கதாபாத்திரம் யமுனா தான். எளிதில் புரிந்து கொள்ளக்கூடிய கதாபாத்திரம் அல்ல. அவள் அழகி, அறிவுள்ளவள், கர்வமுள்ளவள், OUT OF BOX சிந்தனையுள்ளவள்.... என்று அவளைப்பற்றி சொல்லிக்கொண்டே போகலாம்.

VII

சுருக்கமாகச் சொன்னால் INTELLECTUAL கவர்ச்சிமிக்க ஒரு கதாபாத்திரம். இதனால் தான் 1960 களில் தமிழ்நாட்டின் இலக்கியவாதிகள் யாரைக் கேட்டாலும் சொல்வார்களாம்: உங்கள் மனைவி யார் மாதிரி இருக்க வேண்டும் என்று கேட்டால் "யமுனா மாதிரி" என்பார்களாம்! நாங்கள் படப்பிடிப்புக்காகக் கும்பகோணம் சென்றிருந்த போது, தி.ஜாவின் பால்ய நண்பரான கரிச்சான் குஞ்சு என்னிடம் கேட்டார் :

"திஜா எழுதிய யமுனா அடுத்த தெருவில் இன்னும் உயிரோடு தான் இருக்கிறாள். நீங்கள் பார்க்க விரும்புகிறீர்களா?"

நான் சொன்னேன்:

"நிச்சயமாக
வேண்டாம். 'மோகமுள்' படித்துப்
படித்து நான் கற்பனையில்
உருவாக்கி வைத்திருக்கிற
யமுனா என்கிற பிம்பம்
நிஜமான யமுனாவைப் பார்த்தபின்
உடைந்து போய்விட்டால் என்ன ஆவது?"

எனவே 'மோகமுள்'ளின் வெற்றி யமுனா பாத்திரத்துக்குச் சரியான நடிகையைத் தேர்வு செய்வதுதான் என்பதில் நான் உறுதியாக இருந்தேன். பம்பாய் சென்று நான் பெரிதும் மதிக்கும் மராட்டிய நாடகத் துறையிலிருந்து அர்ச்சனா ஜோக்லேக்கரை தேர்வு செய்தேன்.

இசைமேதை ரங்கண்ணா எளிதில் எனக்கு கிடைத்தார்: என் நண்பரும் மலையாளத்தின் முன்னணி நடிகருமான நெடுமுடி வேணு தான் அவர். 'மோகமுள்'ளின் கதாநாயகன் தமிழ் சினிமாவின் கதாநாயகர்களைப் போல் சகலகலா வல்லவன் அல்ல.

ஹீரோயிஸமற்ற அந்த யதார்த்த பாத்திரத்துக்கு அபிஷேக் என்கிற புதுமுகத்தைத் தேர்வு செய்தோம்.

VIII

'மோகமுள்'ளுக்குத் திரைக்கதை எழுதுவதில் இருந்த பிரச்னைகளை விட அதை படமாகத் தயாரிப்பதில் தான் ஏராளமான பிரச்னைகளைச் சந்திக்க வேண்டியிருந்தது. தமிழ் சினிமாவில் இலக்கியங்களைப் படமாக்க யாரும் முன்வருவதில்லை. முதலீடு செய்யவும் யாரும் தயாரில்லை. இந்த நிலையில் தரமான படங்களை எடுப்பதில் அதீத ஆர்வம் காட்டியவர் 'மோகமுள்'ளின் தயாரிப்பாளர் அமரர் T.N. ஜானகிராமன் ஆவார். 'மோகமுள்'ளைப் படமாக்கியே தீருவேன் என்று பல வருடங்கள் காத்திருந்தவர் அவர். அவர் மட்டும் இல்லாதிருந்தால் மோகமுள் திரைப்படமாகியிருக்க சாத்தியமே இல்லை. அவருக்கு நான் மிகவும் நன்றிக் கடன்பட்டவனாவேன்.

'மோகமுள்', சங்கீதத்தைப் பின்னணியாகக் கொண்டது. இளையராஜா அவர்கள் ஆர்வமுடன் எங்களுக்கு இசையமைத்து தந்தார். திரைப்படத்திற்கு இசை, எத்தகைய அழுத்தத்தையும், உணர்ச்சியையும், உயிரோட்டத்தையும் நல்குகிறது என்பதை இசை ஞானியின் அருகிலிருந்து கற்கிற வாய்ப்பு எனக்கு கிடைத்தது என் வாழ்க்கையின் பெரும் பேறாக அதை நான் கருதுகிறேன்.

முதல் திரைப்படமாக இருந்தாலும், என் எண்ணங்களுக்கு மரியாதை தந்து மிகப் பெரிய அளவில் படைப்புருவாக்கத்தில் பங்கேற்ற எடிட்டர் B.லெனின், ஒளிப்பதிவாளர்கள் சன்னி ஜோஸப், தங்கர் பச்சான், கலை இயக்குனர் P. கிருஷ்ணமூர்த்தி மற்றும் நடிக நடிகையர்க்கும் தொழில்நுட்ப கலைஞர்களுக்கும் என் நன்றிகள். என் திரைக்கதை ஆக்கங்களில் எனது முதன்மை உதவியாளராகப் பங்கேற்கும் என் மனைவி சகுந்தலாவுக்கும் நெஞ்சம் நேர்ந்த நன்றி.

'மோகமுள்' திரைப்படமாக வெளிவர பேருதவிகள் புரிந்த என் நண்பர் அமரர் B G ரகுபதிக்கும், திரு.நல்லி குப்புசாமிசெட்டியார் அவர்களுக்கும் என் உளமார்ந்த நன்றி.

ஞான ராஜசேகரன்

பதிப்புரை

காமம் என்பது மலர்க்கணை என்றால் மோகம் என்பது முள்தான் சில்லென்று பூத்த சிறுநெருஞ்சி.

தி.ஜானகிராமனின் மகத்தான காவியம் 'மோகமுள்'. இதனைத் திரைக்காவியம் ஆக்கிட சிலர் முயன்று தோற்றனர். ஆனால் 'முள்'ளை எடுக்கும் முழுஞானம் ராஜசேகரனுக்கே வாய்த்திருக்கிறது. இந்த யமுனா அழகெனும் ஜீவநதி. அந்த பாபு இசையெனும் இன்பக் காவிரி. இவை இரண்டின் சங்கமம்தான் கதையாக, கானமாக, காட்சிகளாக, காவியமாகவே கரைபுரள்கின்றது.

நல்ல நடிப்பு, நயமான இசை, நறுக்கான உரையாடல், நவநவமாய் ஒளிப்பதிவு இது ஒரு 'ராஜ'வேள்விதான்.

என்னைக் கவர்ந்த நாவலைத் திரைக்கதையாக வெளியிடுவதில் மகிழ்கிறேன். முள்ளும் மலராகும்.

காவ்யா சண்முகசுந்தரம்

T.N. ஜானகிராமன்
வழங்கும்
ஜே.ஆர்.சர்க்யூட்

மோகமுள்

கதை மாந்தர்கள்

யமுனா	அர்ச்சனா ஜோக்லேக்கர்
ரங்கண்ணா	நெடுமுடி வேணு
பாபு	அபிஷேக்
தங்கம்மா	வாணி
ராஜம்	விவேக்
பார்வதி	சங்கீதா
ரங்கண்ணா மனைவி	கமலா காமேஷ்
தங்கம்மா கணவன்	கிருஷ்ணன்குட்டி நாயர்
வைத்தி	நாயர் ராமன்
சுப்பிரமணிய அய்யர்	நீலகண்டன்
போஸ்ட் மாஸ்டர்	வெ.ஆ.மூர்த்தி
பாலூர் ராமு	டெல்லி கணேஷ்
கங்காதரம் பிள்ளை	சண்முகசுந்தரம்
அய்யரின் மகன்	பாம்பே கண்ணன்
சாமிராவ்	ஐஎஸ்ஆர்
வீட்டுக்காரரர்	மேனேஜர் சீனா

படைப்புக் கலைஞர்கள்

மூலக்கதை
தி.ஜானகிராமன்

கலை இயக்கம், ஆடைவடிவமைப்பு
P.கிருஷ்ணமூர்த்தி

பாடல்கள்
வாலி

பாடியவர்கள்
கேஜே ஜேசுதாஸ்
S.ஜானகி
அருண்மொழி

ஒப்பனை
சங்கர்

ஒலிப்பதிவு
R. சம்பத்

படத்தொகுப்பு
B. லெனின் - V.T.விஜயன்

ஒளிப்பதிவு
சன்னிஜோசப்
தங்கர் பச்சான்

இசை
இசைஞானி இளையராஜா

தயாரிப்பு
J. தர்மாம்பாள்

எழுத்து, இயக்கம்
ஞான ராஜசேகரன்

காட்சி - 1

கும்பகோணம், காவிரி ஆறு, காலை

காவிரியாற்றில் பாபு, பாடிக் கொண்டே குளிக்கிறான். பாபு குடியிருக்கும் வீட்டிற்கு அடுத்த வீட்டில் வசிக்கும் கஜானா குமாஸ்தாவின் இளம் மனைவி தங்கம்மா, பூஜைக்காகக் காவிரி ஆற்றிற்கு வருகிறாள். பாபுவை ரசிக்கிறாள்.

சங்கீத மேதை ரங்கண்ணாவும் பாபு, பாடுகிற பாடலைக் கேட்டு சந்தோஷமடைகிறார்.

பாடல்

கமலம் - பாதக்கமலம் - உயர்
மறையெலாம் புகழும்
கமலம் - பாதக்கமலம் - இசைஞான
வடிவான,
இறைவன் நீதானென்று நான்தொழும்
தலைவன் நீதானென்று போற்றிடும் (கமலம்)

ஆகாயம் வெளுக்கும் அதிகாலை அழகில்
காகங்கள் விழித்து கரைகின்ற பொழுதில்
நெல்மூட்டை நிரப்பி நெடுஞ்சாலை கடக்கும்
வில்வண்டி இழுக்கும் மாட்டின் மணியோசை மயக்கும்
இதமான இளங்காற்று எனைத் தீண்டி திரும்பும்
மெதுவாக இசைஞானம் மனதோடு அரும்பும்
ஸ்வரங்கள் - எனக்குள் - பிறக்க
அருளெனும் பேரமுதினைப் பொழிந்திடும் (கமலம்)

நாவாரப் பெரியோர் நிதம் இங்கு இசைக்கும்
தேவாரப் பதிகம் திசைதோறும் ஒலிக்கும்
மும்மூர்த்தி பிறந்து சாகித்யம் புனைந்து
செம்மூர்த்தி நினைவில் தெய்வ சங்கீதம் வளர்த்து
திருவீதி வலம் வந்த தலம் இந்தத் தலம்தான்

இசைமாரி நிதம் பெய்த இடம் இந்த இடம்தான்
நினைத்தால் - மனத்தால் - துதித்தால்
நலமுறு இசைநயங்களை வழங்கிடும் (கமலம்)

காட்சி - 2

பாபுவின் வீடு - காலை

பாபு குடியிருக்கும் வீட்டின் பின்கேட்டு வழியாக, உள்ளே நுழைகிறான். அவனது வீட்டுக்காரன் அவன் பின்னால் ஓடி வருகிறார்.

வீட்டுக்காரர்

பாபு, பாபு.
பாபு நின்று திரும்பி பார்க்கிறான்.

வீட்டுக்காரர்

உன் பாட்டைக் கேட்டு ரங்கண்ணாவே அசந்து போயிட்டார். உனக்கொரு விஷயம் தெரியுமா? இன்னிக்கு சங்கீத உலகத்துல பெரிசு பெரிசா பேர்சொல்லிக்கிறவா எல்லாரும் அவர்கிட்ட வசவு வாங்கினவாதான்!

இருவரும் சேர்ந்து நடந்து உள்ளே போகிறார்கள்.

வீட்டுக்காரர்

இதை, உன் அப்பா வைத்தி கேட்டா எவ்வளவு சந்தோஷப்பட்டிருப்பார் தெரியுமா?

காட்சி - 3

யமுனா வீடு - பகல்

யமுனா குடியிருக்கும் வீட்டின் தெருப்பகுதி, அவளது தந்தையார் சுப்பிரமணிய அய்யரும், மனைவி பாலம்மாளும் வில் வண்டியில் வந்து இறங்குகிறார்கள். துளசி மாடத்துக்கு

நீர் ஊற்றிக் கொண்டிருக்கிற யமுனாவின் தாயாராகிய பார்வதி, வீட்டின் முன் பகுதிக்கு ஓடி வந்து அவர்களை வரவேற்கிறாள்.

பார்வதி

வாங்கக்கா, ஊர்ல எல்லாரும் சௌக்கியம் தானே?

பாலம்மாள்

யமுனா சௌக்கியம் தானே?

பார்வதி

சௌக்கியம் தான்.

வீட்டினுள் சென்று மூவரும் அமர்கிறார்கள். சுப்பிரமணிய அய்யர் ஊஞ்சலில் அமர்ந்து கொள்கிறார்.

பாலம்மாள்

ஊர்ல நாம ரெண்டு பேரும் அக்கா தங்கை மாதிரி ஒத்துமையா இருந்தோம், ஊர் கண்ணே பட்டுடுத்து இப்ப நாம பிரிஞ்சிட்டோம்.

பாலம்மாள்

யமுனாவுக்கு ஏதாவது வரன் திகஞ்சதா?

பார்வதி

சாமிராவ் நேத்திக்கி வந்திருந்தான். கோயம்புத்தூர்ல ஒரு வரன் இருக்காம் போஸ்ட்மாஸ்டராம். நாளைக்கு அழைச்சிண்டு வர்றேன்னு சொல்லியிருக்கான்.

பாலம்மாள்

நாளைக்கா?

பார்வதி (சுப்பிரமணிய அய்யரிடம்)

நீங்க இருப்பீங்க இல்லை?

சுப்பிரமணிய அய்யர்

இல்ல பார்வதி நான் இருந்தாதான் பிரச்சனை யாயிடறதே, அதனால வாண்டாம்னு நினைக்கிறேன்.

பாலம்மாள்

இந்த வரனாவது நல்லபடியா அமையனும்.

அப்போது நடுக்கூடத்திலிருந்து யமுனா திடீரென்று வருகிறாள், கையில் ஒரு தட்டுடன்.

யமுனா (சிரித்துக்கொண்டே)

பெரியம்மா! அம்மாவுக்கு உலகமகா யுத்தத்தைவிட முக்கியமான விஷயம் என்ன தெரியுமா? என் கலியாணம் தான்.

பாலம்மாள்

என்ன யமுனா? ஒண்டியாவா பண்ணிண்டிருக்கே நாங்களும் வர்றோம்.

யமுனாவுக்கு உதவிசெய்ய இருவரும் அவளுடன் செல்கிறார்கள், அங்கே பாபு வருகிறான்.

பாபு (அய்யரிடம்)

மாமா? எப்போ வந்தேள்?

சுப்பிரமணிய அய்யர்

இப்பதான்

பாபு, யமுனாவும் பிறரும் இருக்கிற இடத்துக்குச் சென்று அமர்கிறான்.

யமுனா

வா, பாபு!

பார்வதி

என்ன பாபு இந்தப் பக்கம் திரும்பியே பார்க்கவாணாம்னு இருக்கியா?

யமுனா

பழைய பாபுன்னு நெனச்சியா? காலேஜ் இல்ல படிக்குது. சும்மா சும்மா வருமா?

சுப்பிரமணிய அய்யர் எழுந்து வந்து பாபுவிடம் பேசுகிறார்.

சுப்பிரமணிய அய்யர்

வைத்தி ஏதாவது கடுதாசி போட்டானா?

பாபு (மரியாதையோடு)

இரண்டு வாரத்தில் அறுவடையாயிடும்னு அப்பா எழுதியிருக்கார், மாமா!

சுப்பிரமணிய அய்யர் (பார்வதியிடம்)

அப்படியா? பார்வதி, பாபநாசத்துல விளையற நெல்லை இங்க கொண்டு வந்து போடச் சொல்லி வைத்திக்கு எழுதியிருக்கேன்

என்று சொல்லிவிட்டு அங்கிருந்து சென்று விடுகிறார்.

பார்வதி

நல்ல சமயத்துல வந்த பாபு. யமுனாவுக்குக் கலியாணம் வருது.

பாபு

கல்யாணமா?

யமுனா (கேலியுடன்)

ஆமாம் பாபு, எனக்கு கலியாணம் வருது, என் கலியாணம் இருக்கே, ரயில் வண்டி மாதிரி ரொம்ப நீளம், பத்து வருஷம் ஓடற வண்டின்னா நீளம் என்ன கொஞ்சமாவா இருக்கும்?

பாபு

இதுதான் கடைசி வண்டியா இருக்கட்டுமே. ஏறிக்கிட்டா போச்சு.

யமுனா

கடைசி வண்டி? நின்னா பரவாயில்லை நிக்காமலே போயிட்டா?

பார்வதிக்கு எரிச்சல் வருகிறது.

பார்வதி

சீச்சி வாயை மூடு.

பார்வதி (பாலம்மாளிடம்)

பாருக்கா எப்பவும் இப்படிதான் எடக்குப் பேச்சு இவளுக்கு, எப்படித்தான் கலியாணம் பண்ணி குப்பை கொட்டப்போகுதோ?

யமுனா(பாபுவிடம்)

ம். பாத்தியா பாபு! கலியாணம் பண்ணா குப்பைதான் கொட்டணும், குப்பை கொட்றவளா இப்பவே பாத்து வச்சுக்கோ. கலியாணம் பண்ணிக்க வசதியா இருக்கும்.

பாபு

மாப்பிள்ளை நிச்சயம் ஆயிடுத்தா?

பார்வதி

இனிமேதான் ஆகனும். நாளைக்குக் காலம்பற வண்டியில வர்றார். நீதான் ஸ்டேஷன் போயி அவரை அழைச்சிட்டு வரனும்.

பாபு

அவர்கூட யாரு வர்றது?

பார்வதி

மளிகைக் கடை சாமிராவ் இல்ல அவன்தான்

பாபு (புன்முறுவலோடு)

யாரு அந்த மீசைக்காரரா?

யமுனா

என்ன பாபு? இப்படி சொல்லிட்டே! எங்க மராட்டிகாரங்க இருக்காங்களே அந்தக் காலத்துல ராஜாவுங்க நெய் போட்டு மீசையை வளத்தாங்க. இப்ப நெய் கிடைக்காட்டியும் மீசையை இப்படியே முறுக்கிகிட்டே இருப்பாங்க.

பாபு

சரிம்மா, அப்போ காலம்பற ரூம்லயிருந்து நேரா ஸ்டேஷனுக்குப் போயிடறேன்.

யமுனா

ஏன் பாபு? உனக்கு காலேஜ் படிப்புன்னு எதுவும் கிடையாதா?

பாபு

யமுனாவுக்குக் கலியாணம் நிச்சயம் செஞ்சிட்டுதான் மத்த எல்லா வேலையும்.

யமுனா

நீ பேசறத பார்த்தா நாளைக்கு நீயே என் கையைப் பிடிச்சி அந்த போஸ்ட்மாஸ்டர்கிட்ட கொடுத்துடுவ போலிருக்கே!

பாபு

யமுனா! உன்னைவிட பத்து வயது சின்னவனா இருக்கேன்னு பாக்கறேன். இல்லன்னா நானே தாரை வாத்து கொடுத்துடுவேன்.

காட்சி - 4

கும்பகோணம் ரயில் நிலையம் வெளிப்பகுதி - பகல்

கும்பகோணம் ரயில் நிலையத்திலிருந்து போஸ்ட்மாஸ்டரைக் குதிரை வண்டியில் அழைத்துவருகிறான், பாபு. யமுனா வீட்டைப் பற்றிய விவரங்களை விலாவரியாக அறிய விரும்புகிறார் போஸ்ட்மாஸ்டர்.

பாபு

சாமிராவ் வரலியா?

போஸ்ட்மாஸ்டர்

என்கூடத்தான் வந்தார். புண்ணாக்கு மண்டியில வேலையிருக்குன்னு தஞ்சாவூர்லயே இறங்கிட்டார்... பொண்ணுவீடு டவுன்ல இருக்கோ?

பாபு

ஆமாங்க

போஸ்ட்மாஸ்டர்

சொந்தவீடு தானே!

பாபு

ஆமா!

போஸ்ட்மாஸ்டர்

மேற்கொண்டு சொத்து சுதந்திரம்?

பாபு

இருக்கு. நல்ல தெம்புள்ளவங்கதான்.

போஸ்ட்மாஸ்டர்

பூமி, ரொக்கம் இப்படி இருக்குமாக்கும்.

பாபு

ஆமாங்க.

போஸ்ட்மாஸ்டர்

எல்லாமா சேர்த்து எவ்வளவு தேறும்?.....சும்மா குத்து மதிப்பா சொன்னா போதும்!

பாபு

எனக்கு தெரியாதுங்க.

போஸ்ட்மாஸ்டர்

ஆமா, உங்களுக்குப் பொண்ணு வீட்டுகாரங்களை எப்படி தெரியும்?

பாபு

சின்ன வயசிலிருந்தே குடும்ப சிநேகிதம். அவங்க நெலங்களையெல்லாம் என் அப்பாதான் பாத்துக்கறார் கிராமத்துல அடுத்தடுத்த வீடு எங்களது. அப்புறம் யமுனா வீடு கும்பகோணம் வந்துடுத்து... நான் என் அம்மா இடுப்பைவிட யமுனா இடுப்புலதான் அதிகமா இருந்திருப்பேன்.

போஸ்ட்மாஸ்டர்

என்னது இடுப்பிலயா?

காட்சி - 5

யமுனா வீடு. நடுக்கூடம் - காலை

கூடத்திலுள்ள பொருட்களையெல்லாம் பார்த்து அதிசயிக்கிறார் போஸ்ட்மாஸ்டர். எல்லாவற்றுக்கும் விலை என்ன என்று கேட்டு பாபுவைக் கஷ்டத்துக்குள்ளாக்குகிறார், அவர்.

போஸ்ட்மாஸ்டர்

ஆ! அடேங்கப்பா. வீடு பிரம்மாண்டமா இருக்கே. புதுசா கட்டனதா?

பாபு

இல்ல. பழசை வாங்கி புதுப்பிச்சது.

போஸ்ட்மாஸ்டர்

ஏன்சார்? இப்போ எல்லாம் வீடு ரொம்ப விலையாச்சே. கிரயம் என்ன இருக்கும்?

பாபு

தெரியாது!

போஸ்ட்மாஸ்டர் (சுவரிலுள்ள படங்களைப் பார்த்து)

என்னதிது? சொவத்துல எங்க பாத்தாலும் பொம்மை பொம்மையா மாட்டி வச்சிருக்கு

பாபு

எல்லாம் யமுனா போட்டது!

போஸ்ட்மாஸ்டர்

அப்படியா? இதுக்கு எல்லாம் கண்ணாடி, சட்டம் ஜிகினா, பெயிண்ட்டு.... ரொம்ப செலவாகியிருக்கும் போல இருக்கே.

பாபு அவரை வெறுப்போடு பார்க்கிறான்.

போஸ்ட்மாஸ்டர் (ஊஞ்சலைப் பிடித்தபடி)

சார்! உங்களுக்குத் தெரியுமோ தெரியாதோ! இந்த ஊஞ்சல் எல்லாம் இப்ப ரொம்ப கர்னாடகம். இதுக்கு பலகை சங்கிலி வாங்கறதுக்கு பர்ஸ்ட்கிளாஸா ஒரு பீரோ வாங்கலாம் தெரியுமோ?

காட்சி - 6

யமுனா வீடு, பகல்

போஸ்ட்மாஸ்டரும், பாபுவும் காலை உணவு அருந்துகிறார்கள். பார்வதி பரிமாறுகிறாள்.

போஸ்ட்மாஸ்டர்

இட்லி அற்புதமா இருக்கு. அப்படியே தூக்கிமேலே போட்டா பூப்பூவா பூப்பூவா பறந்துடும் போலிருக்கு.... ஆமா இந்த ஊரு ஓட்டல்ல இட்லி எப்படி விக்கறாங்க? அரையணாவா? காலணாவா?

பாபு

அரையணாவும் இருக்கு. காலணாவும் இருக்கு. விலைக்குத் தகுந்த சரக்கு. சரக்குக்குத் தகுந்த விலை.

போஸ்மாஸ்டர்

ம்... நீங்க சொல்றதும் சரிதான்.

பாபு

விலையே இல்லாத பொருளும் உலகத்தில் இருக்கு.

போஸ்ட்மாஸ்டர்

ம். நெறைய கிடைக்கிற பொருளுக்கு எப்படி விலை இருக்க முடியும். காத்து தண்ணி இதுக்கெல்லாம் விலையா கொடுக்கறோம்?

பாபு

நான் அதைச் சொல்லலை. விலையே கொடுத்தாலும் வாங்க முடியாத பொருளைச் சொன்னேன்.

போஸ்ட்மாஸ்டர்

எந்த மாதிரி?

பாபு

யமுனா மாதிரி!

காட்சி - 7

யமுனா வீடு. நடுக்கூடம் - பகல்

பெண்பார்க்க, போஸ்ட்மாஸ்டர் நடுக்கூடத்தில் அமர்ந்திருக்கிறார். அருகில் பாபு.

அலங்கரிக்கப்பட்ட யமுனாவை, பார்வதி அழைத்து வருகிறாள். யமுனாவின் அழகைக் கண்டு போஸ்ட்மாஸ்டரின் முகம் பரவசமடைகிறது. பாபுவுக்கோ எரிச்சல்.

பாபு (தனக்குள்)

புதையலைக் கண்டவனைப் போல ஏன் இளிக்கறே. முட்டாளே! இந்த அழகை உன்னால் ஆள முடியுமா? உனக்கென்ன தெரியும்? கார்டு கவர் விற்க தெரியும்! பாக்கறதுக்கெல்லாம் விலை என்னன்னு கேக்கத் தெரியும்! யமுனாவைச் சாதாரண ஸ்திரீன்னா நெனச்சே!

யமுனா, போஸ்ட்மாஸ்டரை வணங்கிவிட்டு, தன் தாயாருடன் திரும்ப சென்று விடுகிறாள். பாபு, அவருக்கு ஜூஸ் கொடுக்கிறான்.

போஸ்ட்மாஸ்டர்

எலுமிச்சம்பழம் ஜூஸா?

பாபு

ஆமா! நல்லாயிருக்கா சார்?

போஸ்ட்மாஸ்டர்

ஏ ஒன்னா இருக்கு. இந்த ஊர் பழத்துக்கு சொல்லவா வேணும்! அய்யம்பேட்டை பழம்னா வாசனை பிச்சுக்கிட்டு போவுமே! இப்ப சீசன் இல்ல. வாங்கிட்டு போனா தேவலை. நூறுபழம் என்ன விலை இருக்கும்?

பாபு

தெரியாது சார்.

போஸ்ட்மாஸ்டர்

ம். பெண்ணோட தகப்பனார் இல்லையா?

பாபு

அவர் அவசரமா வெளியூர் போகவேண்டியதா போச்சு.

போஸ்ட்மாஸ்டர்

நான் அடுத்த வண்டிக்கு ஊருக்கு போகணுமே!

பாபு

அதனால் என்ன? விஷயத்தை சொல்லிட்டா போச்சு. அடுத்த வண்டிக்கு நெறய டயம் இருக்கு. ரெஸ்ட் எடுத்துட்டு போகலாம்.

காட்சி-8

யமுனா வீடு - உட்பகுதி - பகல்.

போஸ்ட்மாஸ்டர் ஒரு ஈசி சேரில் அமர்ந்து கால்களை நீட்டியவண்ணம் உறங்கிக் கொண்டிருக்கிறார். அவரிடமிருந்து குறட்டை சத்தம் வந்தபடி இருக்கிறது. சமையலறையில்

யமுனா சாப்பிட்டுக் கொண்டிருக்கிறாள். கதவருகே பாபு அமர்ந்து அவளிடம் உரையாடுகிறான்.

பாபு

குறட்டை சத்தம் கேக்கறதா, மாப்பிள்ளை தூங்கறார்.

யமுனா

விசிர்றதானே தலைமாட்டில் உக்காந்து.

பார்வதி அங்கே வருகிறாள், யமுனாவும் பாபுவும் பேசுவதை ரசித்தபடி.

பார்வதி

ஆரம்பிச்சிட்டீங்களா. நீங்க ரெண்டுபேரும் பேசறதே அண்ணியும் நாத்தனாரும் பேசிக்கிறது போல இருக்கு. (பாபுவிடம்) பாபு அவர் ஏதாவது சொன்னாரா?

பாபு

சொல்றது என்ன? மூஞ்சிய பாத்தாலே தெரியலையா. கடைசி வண்டி ஏத்திக்கிட்டுதான் போகப்போறேன்னு சொல்றதே! (பார்வதி சந்தோஷத்தோடு செல்கிறாள்) யமுனா, உனக்கு பிடிச்சிருக்கில்லையா?

யமுனா

உனக்கு எப்படி?

பாபு

எனக்கு எப்படியிருந்தா உனக்கென்ன? என்னையா பார்க்க வந்தார்?

யமுனா

அதனாலதான் கேக்கறேன். எனக்கு பிடிச்சிருக்கு, உனக்கு எப்படி?

பாபு

எனக்கு பிடிக்கலைன்னு வச்சுக்கோயேன்.

யமுனா

அப்படின்னா எனக்கும் பிடிக்கலைன்னு வச்சுக்கயேன்.

பாபு

என்ன சொல்றநீ. பிடிச்சிருக்கு பிடிக்கலைன்னா?

யமுனா

ஆமா.

பாபு

அப்படின்னா, அப்பாவை நிச்சயம் பண்ணிட சொல்லிடட்டா?

யமுனா

சொல்லிக்கயேன்

பார்வதி மீண்டும் வருகிறாள்.

பார்வதி

நல்லாதான் சொல்லேன். வாயைத் திறந்து.

யமுனா

நல்லா சொல்றது வேறயா? எனக்கு கொஞ்சம் நெய் போடு.

பார்வதி (பாபுவிடம்)

பாபு கொஞ்சம் மார்க்கெட்டு வரைக்கும் போயிட்டு வர்றியா?

பாபு

என்ன வேணும்?

பார்வதி

அதான் கேட்டாரேப்பா நல்ல எலுமிச்சம்பழமா ஒரு நூறு வாங்கிட்டு வந்துடு.

பாபு

சரி.

பாபு எழுந்து செல்கிறான்.

யமுனா (பாபுவிடம்)

நில்லு பாபு, பொறுக்கன பழமா மெல்லிசு தோலா கொடிப்பழமா இல்லாம செடிப்பழமா பாத்து வாங்கிட்டு வா. அப்புறம் வாசனையும் இருக்கணும். வாசனை இல்லாம போனா பொண்ணையே அவரு வாண்டாம்னு சொல்லிடப் போறாரு, ஜாக்கிரதை.

காட்சி - 9

யமுனா வீடு - உட்புறம். பகல்.

மார்க்கெட்டிலிருந்து பாபு எலுமிச்சம்பழம் வாங்கிவருகிறான். புறப்பட தயாராக இருக்கும்

போஸ்ட்மாஸ்டர், பாபுவை வழி மறித்து கேட்கிறார்.

போஸ்ட்மாஸ்டர்

எங்க சார் போயிருந்தீங்க?

பாபு

சும்மாதான். கடைக்குப் போயிட்டு வர்றேன்.

பாபு சொல்லி முடிப்பதற்குள் பையில் இருக்கும் எலுமிச்சம்பழத்தை எடுத்து முகர்கிறார்.

போஸ்ட்மாஸ்டர்

அடடே எலுமிச்சம்பழம் நல்ல வாசனை.

பாபு

என்ன விலைன்னு கேக்காதீங்க. உங்களுக்கு தான்.

போஸ்ட்மாஸ்டர்

அப்படியா? எடுத்துக்கறேன்... வண்டிக்கு நேரமாச்சு அவங்களைக் கூப்பிட்டிங்கன்னா நான் சொல்லிட்டு கிளம்பிடுவேன்.

பார்வதி வழியனுப்ப வாசல்வரை வருகிறாள்.

போஸ்ட்மாஸ்டர்

சார் கிட்ட அட்ரஸ் வாங்கிட்டு ஊருக்குப் போயி லட்டர் போடறேன். மேற்கொண்டு பேச பெரியவரைக் கோயம்புத்தூருக்கு வரச்சொல்லுங்க. அப்போ நான் புறப்படறேன்.

காட்சி - 10

குதிரை வண்டி ரயில்வே ஸ்டேஷனை நோக்கி சென்று கொண்டிருக்கிறது. வண்டிக்குள் போஸ்ட் மாஸ்டரும் பாபுவும் இருக்கிறார்கள். போஸ்ட் மாஸ்டர், பாபு தந்த அட்ரசை வாசிக்கிறார்.

போஸ்ட்மாஸ்டர்

ஸ்ரீமான் சுப்பிரமணிய அய்யர் லேண்ட் லார்டு நந்த மங்கலம், தஞ்சாவூர் ஜில்லா (பாபுவிடம்) பொண்ணோட தகப்பனார் அய்யரா? மராத்தி இல்லையா?

பாபு

சாமிராவ் விவரம் ஒன்றும் சொல்லலையா?

போஸ்ட்மாஸ்டர்

இல்லையே.

பாபு

குறிப்பா கூட சொல்லலையா?

போஸ்ட்மாஸ்டர்

ஒன்னும் சொல்லலையே.

பாபு

உங்ககிட்ட சொல்லப்படாதா? நாம என்ன பத்தாம்பசலிகளா? படிச்சவங்க தானே!

போஸ்ட்மாஸ்டர்

ஏன், என்ன விசயம்?

பாபு

ஒன்னுமில்லை, யமுனாவோட தோப்பனார் அய்யர் தான்

போஸ்ட்மாஸ்டர்

ஆஹாங். பொண்ணோட தகப்பனார் அய்யர், தாயார் மராத்தி. கிராஸா?

பாபு

பார்வதிபாயும் சுப்பிரமணிய அய்யரும் மனசொப்பி கல்யாணம் பண்ணிக்கிட்டாங்க சுப்பிரமணிய அய்யருக்குக் கிராமத்துல ஏற்கனவே முதல் சம்சாரம் குழந்தைங்க எல்லாம் இருக்கு. ஆனா ரெண்டு குடும்பமும் அன்யோன்யமா அக்கா தங்கச்சி மாதிரி இருக்காங்க.

போஸ்ட்மாஸ்டர்

நிறுத்துய்யா, என்ன இருந்தாலும் வப்பாட்டி குடும்பம் தானே!

பாபு

வாய்க்கு வந்தபடி எல்லாம் சொல்லாதீங்க. இன்னொரு தடவை சொன்னீங்க நடக்கறதே வேற.

போஸ்ட்மாஸ்டர்

என்னயா நடக்கும்? அடிச்சுப்பூடுவியா?

பாபு (கெஞ்சுவது போல)

தயவு செய்து நான் சொல்றதை கேளுங்க சார். யமுனா மாதிரி உலகத்துல ஒரு பெண் கிடைக்கறது

ரொம்ப அபூர்வம். இதெல்லாம் உலகத்துல நடக்காத விஷயமா? அதுக்காக அதிர்ஷ்டத்தை வேண்டாம்னு சொல்லாதீங்க.

போஸ்ட்மாஸ்டர்

எது அதிர்ஷ்டம் எதுயா அதிர்ஷ்டம்? இப்படி ஒரு அதிர்ஷ்டத்தைப் பத்தி ஏன்யா எனக்கு முன்னாலேயே சொல்லலை?

பாபு

சாமிராவ் சொல்லியிருப்பார்னு நெனச்சோம், எங்க மேல தப்பில்லை.

போஸ்ட்மாஸ்டர்

அந்த சாமிராவ் பய வரட்டும். விசாரிக்கறேன்.

பாபு

அவங்கிட்ட கேக்கறது இருக்கட்டும். உங்க முடிவு என்ன?

போஸ்ட்மாஸ்டர்

என்ன சொல்றது? இன்னுமா புரியலை. பி.ஏ. படிச்சிருக்கிறயே ப்பீஏ!

பாபு

அப்போ நான் இறங்கிக்கலாமா?

போஸ்ட்மாஸ்டர்

குஷாலா இறங்கிக்கலாம்.

பாபு வண்டியிலிருந்து இறங்கிக்கொள்கிறான். போஸ்ட் மாஸ்டர் அட்ரஸை கிழித்தெறிந்துவிட்டு "எடுய்யா வண்டியை"

என்று வண்டி ஓட்டுபவனுக்குக் கட்டளை இடுகிறார். அந்த சமயத்திலும், எலுமிச்சம்பழப் பையைக் கவனமாக எடுத்து வைத்துக் கொள்ள அவர் மறக்கவில்லை, வண்டிசெல்கிறது. பாபு வேதனையோடு திரும்புகிறான்.

காட்சி - 11

யமுனா வீடு, பகல்.

பாபு வருத்தத்தோடும் வெறுப்போடும் உள்ளே வந்து ஊஞ்சலில் அமர்கிறான். போஸ்ட் மாஸ்டர் மீதுள்ள கோபம் இன்னும் அவனுக்குத் தணியவில்லை.

பார்வதி

என்ன பாபு? இவ்ளோ சீக்கிரமே வந்துட்டே. அவரு போயிட்டாரா?

பாபு (எரிச்சலுடன்)

போயிட்டான்.

பார்வதி

என்ன நடந்தது?

பாபு

உங்களுக்குப் புத்தியே கிடையாது. போயும் போயும் வரன் தேட ஆள் கிடைச்சானே! உளுந்து புண்ணாக்கு வியாபாரம் பண்றவன் மாட்டுத்தரகன் வீட்டுதரகன் இப்படித்தானா ஆள் பார்க்கனும்.

யமுனா(காப்பி எடுத்து வந்தபடி)

நடந்த விஷயத்தைச் சொல்லாம காசு மூச்சுன்னு ஏன் கத்தற?

பாபு

சாமிராவ் இருக்கானே, வெறும் தடியன். அவன் ஒன்னுத்தியமே சொல்லலையாம். இங்க அழைச்சிண்டு வந்து ஏமாத்திட்டோம்னு கத்த ஆரம்பிச்சட்டான். அடிதடியில போய் முடியும் போலிருந்தது. நான் வண்டியிலிருந்து இறங்கி வந்துட்டேன்.

யமுனா

சரி, இந்தா காபி சாப்பிடு.

பாபு

எனக்கு காபியும் வேண்டாம். மண்ணும் வேண்டாம்.

யமுனா

மண்ணு வேண்டாம். காபி சாப்பிடு. என்ன பாக்கற? இந்த மட்டாவது குடுக்கறாளேன்னு வாங்கிப்பியா! இன்னொருத்தங்கன்னா நீ செஞ்ச காரியத்துக்கு தண்ணி கூட குடுக்க மாட்டாங்க!

பாபு

பின்னே, ரத்தம் கொதிக்கறாப்பல அவன் பேசறப்போ என் ஜாக்ரதை என் வசமா இருக்கும்? பதிலுக்கு நானும் பேச வேண்டியதாயிடுத்து.

யமுனா

அதுக்கா, பேசாம இறங்கி கையை வீசிட்டு நடந்து வந்துர்றதா?

பாபு

பின்ன என்ன பண்றது?

யமுனா

எலுமிச்சம்பழத்தை விட்டுட்டா வர்றது?

காட்சி - 12

யமுனாவின் வீடு, பகல்

பாபு, யமுனா, பார்வதி மூவரும் அமர்ந்து பேசிக்கொண்டிருக்கிறார்கள்.

பாபு

நீங்க ஒன்னும் வருத்தப்படாதீங்க. இன்னிக்கி தட்டிப்போனது நல்லதா போச்சு. இவன் எல்லாம் யமுனாவுக்குப் பொருத்தமானவனே இல்லை. மகா பாமரன், முட்டாள்.

யமுனா

முட்டாள் கூட எனக்கு கிடைக்கற பாக்கியம் இல்ல பாத்தியா?

பார்வதி

உலகத்துல கலியாணம் எல்லாம் நடக்கலையா? பல்லும் பனங்காயா இருக்கறதெல்லாம் கிடைச்சது கிடைச்சதுன்னு கல்யாணத்தைப் பண்ணிட்டு ஓடிப்போயிடுது. நமக்கு பாரேன்.

பாபு

யமுனாவுக்கு யாரோ மகான் பிறந்திருக்கிறான். அவன் மகாகவியா இருப்பான். மேதையா இருப்பான்.

யமுனா

மன்மதனாவும் இருப்பான்.

பார்வதி

ஒன்னும் வேண்டாம். நல்லவனா இருந்தா போதும்.

பாபு

நீங்க ஏன் கவலைப்படனும் யமுனாவுக்குக் கல்யாணம் பண்றது என் பொறுப்பு. அதுவரைக்கும் நான் கல்யாணம் பண்ணிக்கலை, சத்யமா சொல்றேன்.

காட்சி - 13

தங்கம்மா வீடு. வெளிப்புறம். பகல்.

தங்கம்மாவின் வீட்டிலுள்ளிருந்து அவளது வயதான கணவர் ஆபீஸ் செல்வதற்காக வெளியே வருகிறார். கதவுகள் இரண்டையும் இழுத்து பூட்டுகிறார். பூட்டி இருக்கிறதா என்று சரிபார்க்க திண்ணையில் அமர்ந்திருக்கும் குடுமி வைத்த சிறுவனை அப்படியே அலாக்காக தூக்கி பூட்டைப்பிடித்து தொங்கவிடுகிறார். சிறுவன் பூட்டை ஓரிருமுறை இழுத்துப் பார்க்கிறான். திருப்தி அடைந்த வயதானவர் தெருவில் இறங்கி நடக்கிறார், இருமிக் கொண்டே. பாபுவும், அவனது நண்பன் ராஜமும் எதிர்வசமாக நடந்து வருகின்றனர். கிழவன் பூட்டைச் சரிபார்க்கும் விதத்தைக் கண்டு ஆச்சர்யப்படுகின்றனர்.

பாபு

வீடு பூட்னவிதத்தைப் பாத்தியா! கஜானாவில ஹெட்கிளார்க்கா இருக்கார்.

கிழவருக்குப் பாபு வணக்கம் செலுத்துகிறான். அவர் குடைபிடித்துக் கொண்டு கடந்து செல்கிறார்.

ராஜம்

இவரு இப்படி இழுத்து பூட்டிட்டு போறாரே, அப்படி என்னதான் உள்ள வச்சிருக்கார்?

பாபு

நிகுநிகுன்னு சுடராட்டம் ஒரு பொண்ணு இருக்கா இவருக்கு.

ராஜம்

அதான் அவரைப் பாத்து அசடு வழிஞ்சியா?

காட்சி - 14

தங்கம்மாவின் வீடு உட்புறம் - பகல்.

மேஜை மீதுள்ள புத்தகங்களை அடுக்கிவைத்து கொண்டிருக்கிறாள், தங்கம்மா. அப்போது தேள் ஒன்று அவள் காலை கடித்துவிடுகிறது. வலிதாங்க முடியாமல் கத்துகிறாள். ஓடிச்சென்று கதவைத் திறக்க முயல்கிறாள். அது வெளியில் பூட்டப்பட்டிருப்பதை அறிந்து உள்ளே ஓடி வருகிறாள். தரையில் அமர்ந்து கொண்டு அலறுகிறாள் காலைப் பிடித்தவாறு.

அடுத்த வீட்டின் மாடியில் ரூம் வைத்திருக்கும் பாபு, தங்கம்மாவின் அழுகுரல் கேட்டு வெளியில் வந்து மாடிச் சுவற்றிலிருந்து கீழே பார்க்கிறான். தங்கம்மா அழுது கொண்டிருப்பது தெரிகிறது.

பாபு

என்ன ஆச்சு, உங்களுக்கு?

தங்கம்மா

தேள் கொட்டிடுத்து. உங்களாண்ட ஏதாவது மருந்திருக்கா?

பாபு

இல்லியே.

தங்கம்மா

அக்கம்பக்கத்துல போயி கேக்கலாம்னா அவர்வேற வாசலைப் பூட்டிட்டு போயிருக்காரு.

பாபு

யாரு, அப்பாவா?

தங்கம்மா

அவரு எங்க அப்பா இல்ல. என் வீட்டுக்காரரு.

பாபு

என்னது, வீட்டுக்காரரா?

தங்கம்மா

கேள்வி எல்லாம் அப்பறம் கேக்கலாங்க. எனக்கு தாங்க முடியல. நீங்க போயி மருந்து வாங்கிண்டு வர மாட்டீங்களா?

பாபு உடையணிந்து கொண்டு வேகமாக ஓடிச் சென்று மருந்தை வாங்கி வருகிறான். அவளிடம் கீழே வீசுகிறான்.

பாபு

இந்த மருந்தைத் தேள் கடிச்ச இடத்தில் போட்டு நீரை சொட்டு சொட்டா விடுங்க. நல்லா பொரியனும். மருந்தை நீங்களே போட்டுக்கறேளா? நான் வந்து போட்டு விடட்டுமா?

தங்கம்மா

நீங்க எப்படி போடுவேள்? சுவரேறி குதிச்சி வந்தா?

மருந்தைத் தேள் கடித்த இடத்தில் போட்டு நீரை விடுகிறாள். நன்றாகப் பொரிகிறது. அவளுக்கு உடனடி நிவாரணம் கிடைக்கிறது. அவள் பாபுவுக்கு நன்றி சொல்கிறாள்.

தங்கம்மா

நல்ல சமயத்துல வந்து உதவி பண்ணேள். இந்த விஷயம் ஒரு பிராணிக்கும் தெரியவேண்டாம். என் மானம் போயிடும்.

காட்சி - 15

பாபுவின் வீடு, பகல்.

பாபு குடியிருக்கும் வீட்டின் மாடிப்பகுதி. பாபுவும் ராஜமும் உரையாடிக் கொண்டிருக்கிறார்கள்.

ராஜம்

நம்ம புரொபசர் அனந்த ராமன் பாடம் நடத்தறச்சே பொண்ணுங்க பக்கமே பாக்கறாரே, கவனிச்சியா? நீ எங்க?

அப்போது அடுத்த வீட்டில் கீழ்ப்பகுதியில் தங்கம்மாவின் கணவன் இருமிக் கொண்டே கடந்து செல்கிறான். ராஜம் அவரைப் பார்க்கிறான்.

ராஜம்

இப்படி ஈளையும் இரைப்புமா இருமுறாரே! ஆஸ்துமா பரம்பரை வியாதின்னு சொல்லுவா. பாவம் இந்தப் பொண்ணுக்கு அது வராம இருந்தா சரி.

பாபு

கவலைப்படாதே, வராது. ஏன்னா அது அவர் பொண்ணில்ல. பொண்டாட்டி. ரண்டாம் கல்யாணம்.

ராஜம்

என்னப்பா இது? அக்ரமமா இருக்கு.

பாபு

யாரு அக்ரமம் பண்றாங்கற?

அப்போது துணி உலர்த்த அடுத்த வீட்டின் கீழ்ப்பகுதியில் தங்கம்மா வருகிறாள்.

ராஜம்

உதைக்கனும். அந்தக் கிழ ராஸ்கலை.

பாபு

அவரைப் போயி ராஸ்கலுங்கறியே இந்தப் பொண்ணுக்குப் புத்தி எங்க போச்சு. தாலிய நீட்டனவுடனே இவ கழுத்தை நீட்டினா இல்ல. பளார்னு ஒரு அறை அறைஞ்சு சரிதாம் போடான்னு அந்த தேஞ்ச பல்ல எல்லாம் தட்டறதுக்கு என்ன?

பேசிக் கொண்டே ராஜம் அங்கிருந்து செல்கிறான். அவனை வழியனுப்பிவிட்டு பாபு திரும்பி வருகிறபோது தங்கம்மா அழுது கொண்டிருப்பது பாபுக்குக் கேட்கிறது. மாடி சுவரின் அருகில் நின்று தங்கம்மாவிடம் பேசுகிறான்.

பாபு

ஏன் அழறீங்க? இன்னிக்கும் தேள் கொட்டிப் பூடுத்தா?

தங்கம்மா

நீங்க பேசிண்டிருந்ததைக் கேட்டேன். அப்பா அம்மா வளத்திருந்தா எனக்கு ஏன் இப்படியெல்லாம் நடந்திருக்கப் போகுது?

பாபு

உங்களுக்கு அப்பா அம்மா இல்லையா?

தங்கம்மா

இல்ல. இடிவிழுந்து செத்து போயிட்டா. ஒன்னுவிட்ட அத்தைதான் என்னை வளர்த்தா. அவளுக்கு என் சந்தோஷம் முக்கியமில்லை. பாரத்தை இறக்கிவச்சா போதும்னு கலியாணத்தைப் பண்ணி வச்சிட்டா.

பாபு

உங்க நிலமைய புரிஞ்சுக்காம நான் பேசிட்டேன். ஹெட்கிளார்க் உங்களைச் சந்தோஷமா வச்சிருக்கார் இல்ல?

தங்கம்மா

நகையும் புடவையும்தான் ஒரு பொண்ணுக்குச் சந்தோஷம்னா அவர் இதுல ஏதாவது ஒன்னைத் தினமும் வாங்கிண்டுதான் வர்றார்.

காட்சி - 16

தங்கம்மாவின் வீடு, இரவு.

வெற்றிலை சுவைத்தபடி தங்கம்மாவின் கணவன் ஊஞ்சலில் அமர்ந்திருக்கிறார். மிகுந்த உற்சாகத்தோடு தனது மனைவியை அழைக்கிறார். இருமல் மட்டும் நிற்கவில்லை.

கணவர்

தங்கம்... தங்கம்.

உள் அறையிலிருந்து கணவனின் குரல் கேட்டு ஓடி வருகிறாள், தங்கம்மா.

கணவர்

வா, உனக்கு நான் என்ன வாங்கி வந்திருக்கேன் தெரியுமோ?

தங்கம்மா

தெரியாது.

கணவர்

பட்டுப்புடவை, இத எடுத்துண்டு போயி கட்டிண்டு வா. உன்னை என் கண்ணார பாத்து சந்தோஷப்படனும். இந்தா புடி.

தங்கம்மா, அவரிடமிருந்து பட்டுப்புடவையை வாங்கிச் சென்று தன்னைப் புடவையாலும், நகைகளாலும் நன்றாக அலங்கரித்துக் கொண்டு உள்ளறையிலிருந்து வெளியே வருகிறாள். அங்கே அவளை ரசிக்க கணவன் விழித்திருக்கவில்லை. நன்றாகக் குறட்டைவிட்டு தூங்கிக் கொண்டிருக்கிறான்.

தங்கம்மாவால் தாளமுடியவில்லை. அழுகிறாள்.

காட்சி - 17

யமுனா வீடு. பகல்.

பாபுவின் தந்தை வைத்தி, நெல்மூட்டைகளை வண்டியில் கொண்டு வந்து இறக்குகிறார்.

வைத்தி (வண்டிக்காரனிடம்)

அப்படியே நேரா பின்னால் எடுத்துண்டு போயி ரேழியில் அடுக்கிடு. வேகமா ஆகட்டும்.

வைத்தி உள்ளே வந்து பார்வதியிடம் பேசுகிறார். பாபுவும், யமுனாவும் பல்லாங்குழி விளையாடிக் கொண்டிருக்கின்றனர்.

வைத்தி (பார்வதியிடம்)

அய்யர் சொன்ன பிரகாரம் நெல் கொண்டு வந்திருக்கேன். சௌக்யமா இருக்காளேன்னோ? வில்லு மருந்து வாங்கி வச்சிருந்தும் எலி வெட்டு ரொம்ப தாஸ்தியாயிடுத்து. இந்த வருஷம் அறுவடை கொஞ்சம் சுமார்தான்.

யமுனா

எலி, மனுஷா எல்லோருமே சாப்பிடறமாதிரி இன்னும் நெறைய விளையக் கூடாதா?

பாபு

அதுக்கு நீங்க தான் போயி விவசாயம் பண்ணனும்.

யமுனா

விட்டா போயிடுவேன். அதுக்குள்ளதான் எனக்கு கல்யாணம் பண்ணிடம்னு எல்லாரும் கச்சை கட்டிட்டு நிக்கறேளே!

பார்வதி

பாபு காலேஜில சேர்ந்தது எங்களுக்கு ஒத்தாசை பண்ணவே சேந்தது போல ஆயிடுச்சி.

யமுனா

ஒத்தாசை என்னவோ உண்மைதான், ஆனா பாபு

போற போக்கை பாத்தா நல்ல கலியாண தரகனா ஆவான் போலயிருக்கு.

வைத்தி (சிரித்து)

இவன் பெரிய வித்வானா வரணும்னு ஆசைப்பட்டேன். காலேஜில் சேர்ந்துட்டான். அதுவும் ஒரு விதத்துல நல்லதா தான் போச்சி.

யமுனா

ஏன் பாபு? காலேஜில சேர்ந்தா என்ன? சங்கீதம் சொல்லிக்க கூடாதா?

பாபு

அப்போ, என் படிப்பு என்னாகிறது?

யமுனா

படிச்சிண்டே எனக்கு விதவிதமா மாப்பிளை பார்க்க முடியுது இல்லையா? அதுபோலத்தான். பாபு மனசு மாறதுக்குள்ள ரங்கண்ணாகிட்ட அழைச்சிட்டு போங்க.

காட்சி - 18

ரங்கண்ணாவின் வீடு - காலை

ரங்கண்ணா சங்கீத ஆலாபனையில் லயித்திருக்கிறார். அப்போது வைத்தியும் பாபுவும் உள்ளே வருகிறார்கள்.

வைத்தி

அண்ணா! அண்ணா!

ரங்கண்ணா

யாரது?

வைத்தி

நான்தான் அண்ணா! பாபநாசம் வைத்தி!

ரங்கண்ணா எழுந்து மகிழ்ச்சியோடு வரவேற்கிறார்.

ரங்கண்ணா

பாபநாசம் வைத்தியா வாங்கய்யா வாங்கோ, நான் யாரோன்னில்ல நெனச்சேன். எத்தனை நாளாச்சு பார்த்து (பாபுவை பார்த்து) இவன் உங்க பையன் தானே?

வைத்தி

என் பையன் இங்கதான் காலேஜில வாசிச்சிண்டிருக்கான் (பாபுவைப் பார்த்து) பாபு! ம்.

பாபு, ரங்கண்ணா காலில் விழுந்து ஆசீர்வாதம் பெறுகிறான். இருவரையும் உட்காருமாறு பணித்து, ரங்கண்ணா தானும் அமர்ந்து கொள்கிறார்.

ரங்கண்ணா (வைத்தியைப் பார்த்து)

இப்பவும் பாடிண்டிருக்கேளா?

வைத்தி

பாட்டை நிறுத்தி ரொம்ப வருஷம் ஆச்சுண்ணா! வயித்துல வலி. வயித்துல புண்ணுங்கறார் டாக்டர்.

ரங்கண்ணா

ஈஸ்வரா! உங்களுக்கா இப்படி வரணும்? உங்க சாரீரமே அலாதியாச்சே. தம்புராவுக்கு ஜீவா புடிச்சாப்புல. இன்னிக்கு

வெறும் தடியன்களெல்லாம் பிராந்திய குடிச்சிப்பூட்டு கத்தினு கெடக்கறானுங்க. என்ன பாடறோம் என்ன பாஷையில் பாடறோம்னு கூட தெரியாம கத்தறானுங்க. அவனுங்களுக்கெல்லாம் ஒன்னும் வரமாட்டேங்குது. நீங்க மனசு உருகி உருகி பகவானைப் பாடறேள். உங்களுக்கு வயித்து வலி. வைத்தியம் பண்ணிக்கறேள் இல்லையா?

வைத்தி

பண்ணிக்கறேன்.

ரங்கண்ணா

எங்க இப்படி இவ்வளவு தூரம் காலம்பற!

வைத்தி

பையன் விஷயமாத்தான், நாலு வருஷமா சங்கீதம் சொல்லிண்டிருக்கான். மேல அண்ணா கிட்ட சொல்லிக்கணும்ணு ஆசைப்படறேன்.

ரங்கண்ணா

அன்னைக்கி காவேரியில ஸ்நானம் பண்றப்போ இவனோட பாட்டைக் கேட்டேன். அற்புதமான சாரீரம். வைத்தியோட புள்ளையாச்சே. பேஷா வரட்டும். அப்போ என்னைக்கு வரேடா குழந்தை.

வைத்தி

அங்க எப்படி உத்தரவோ அப்போ வர்றான்.

ரங்கண்ணா

சரி, நாளன்னிக்கு வா, புதன்கிழமையா இருக்கு.

வைத்தியும், பாபுவும் புறப்படத் தயாராகிறார்கள்.

வைத்தி

ஏதோ, எங்களால முடிஞ்சதை மாசாமாசம்...

ரங்கண்ணா

அது சரி, இப்போ யாரு உங்ககிட்ட கேட்டா அதை. அதைப்பற்றி பேசிக்கிட்டு....

ரங்கண்ணா சப்தமிட்டு சிரிக்கிறார். அவர்கள் விடை பெறுகிறார்கள்.

காட்சி - 19

ரங்கண்ணாவின் வீடு, காலை.

ரங்கண்ணா தம்புராவை மீட்டிய வண்ணம் அமர்ந்திருக்கிறார். தரையில் பாபு மரியாதையோடு அவரிடம் பாடம் கேட்க அமர்ந்திருக்கிறான்.

மனைவி

புதுசா சொல்லிக்க பையன் வந்திருக்கான்னேளே... அந்தப் பையன் இவன் தானா?

ரங்கண்ணா கண்களை மூடிய வண்ணம் தம்புராவின் சுருதியில் லயித்திருக்கிறார்.

மனைவி (சப்தமுயர்த்தி)

என்ன, நான் கேக்கறது காதுல விழலையா?

ரங்கண்ணா சிறிது கண்ணைத் திறந்து "ஆமாம்" என்று சொல்லிவிட்டு இசையில் ஆழ்ந்து விடுகிறார் மனைவி பாபுவை ஒரு பார்வை பார்த்துவிட்டு வெளியேறுகிறாள்.

ரங்கண்ணா (பாபுவிடம்)

குழந்தே. இந்த காந்தாரம் கேக்கறதே, அது மாதிரி இருக்கணும். பாட்டு பாடறபோது சிரமம் ஒன்னுமில்லாம ஜீவன் கேக்கணும்...

தம்பூராவை வைத்துவிட்டு ரங்கண்ணா சிரித்துக்கொண்டே பேசுகிறார்.

ரங்கண்ணா

நீ என்னடா பாக்கற? சங்கீதம் சொல்லிக்க வந்தோம். இன்னும் தேர் நிலைய விட்டே கிளம்பலைன்னு பார்க்கறியா?

பாபு

அதெல்லாம் இல்லன்னா.

ரங்கண்ணா

ஆரம்பிக்கறதுக்கு முன்னாடியே கேட்டுடறேன். நீ எதுக்கு சங்கீதம் சொல்லிக்கப்போறே. கச்சேரி பண்ணி பிரக்யாதி வர்றதுக்கா? இல்ல ஞான சம்பத்துக்கா?

பாபு யோசிக்கிறான்.

ரங்கண்ணா

ஏன்டா நீ பதில் ஒன்னும் சொல்ல மாட்டேங்கற?

பாபு

அப்பாவுக்கு நான் கச்சேரி பண்ணனும்னு ஆசை. ஆனா எனக்கு ஞானம்தான் முக்யம்னு படறது.

ரங்கண்ணா

ம்... ஞானத்துக்கு என்ன பண்ணனும் தெரியுமா? உழைக்கனும். அதுக்கு முண்டுமுண்டுனு சதை மட்டும் இருந்தா போறாது. ஆத்ம பலம் வேணும். சரீரத்தைக் கட்டுப்பாடா வச்சுக்க தெரியனும். ஜண்டை வரிசை கத்துக்கும்போது வெள்ளைக் கடுக்கன் வேணும் போல தோணும். வர்ணம் வந்தா மயில் கண் வேஷ்டியும் மல்லுச்சட்டையும் வேணும்போல தோணும். கீர்த்தனை வரும்போது கொஞ்சம் அத்தரும் சென்ட்டும் இருந்த தேவலை போல தோணும். அப்புறம் வேசி வீடு எங்க இருக்குன்னு உடம்பு அலையா அலையும். சங்கீதம் இருக்கற இடம் தெரியாம போயிடும். ம்... பயப்படாதே. உனக்கு சாரீரம் நன்னா இருக்கு. ஆனா ஸ்வர சுத்தம் வேணும்.

இன்னிக்கி சங்கீதத்துல பெரியவனாகறதுக்கு ஸ்வர சுத்தம் ஒன்னும் வேண்டாம். சங்கீதம் தெரியாதவாளைக் காக்கா புடிச்சா தானே சங்கீதத்துல பெரியவனாக முடியறது. இல்லியா? (சிரிக்கிறார்)

பாபு கிளம்புகிறான். அப்போது ரங்கண்ணாவின் மனைவி வருகிறாள். தட்சணையாகக் கொண்டு வந்த பழங்களை எடுத்துக் கொள்கிறாள்.

மனைவி

அண்ணா ஆறு சாத்துக்குடிக்கு மேல பொற மாட்டார்னு அளந்து கொண்டு வந்திருக்கான் போல இருக்கு.

ரங்கண்ணா

மெட்ராஸிலிருந்து சிஷ்யன் பாலூர் ராமு வர்றதா இருக்கான். அவன் வரும்போது ரண்டு டஜன்

ஆரஞ்சுபழம் வாங்கிட்டு வருவான். உரிச்சி உரிச்சி திங்கலாம் கவலைப்படாதே. ஹ...ஹ... (பாபுவைப் பார்த்து) இன்னிக்கி இதுபோதும் போயிட்டு வா. சாம்பா வென்னீராச்சாடா...

ரங்கண்ணா பின்கட்டுக்குச் செல்கிறார். பாபுவிடம் ரங்கண்ணாவின் மனைவி பேசுகிறாள்.

மனைவி

ஆமா அண்ணாவுக்கு மாதம் எவ்வளவு குடுக்கறதா இருக்கே.

பாபு

முடிஞ்சதைக் குடுக்கறேன்.

மனைவி

உன்னால குடுக்க முடிஞ்சதயா? இல்ல அவரால கேக்க முடிஞ்சதையா?

பாபு

அதைப்பத்தி இன்னும் யோசிக்கலை மாமி.

மனைவி

அப்படின்னா, நானே யோசிச்சு குடுத்துடறேன். மாசம் 15 ரூபா கொடுத்துட வேண்டியது... காசு பெரிசா நினைக்காதே. அண்ணா உசிரையும் குடுப்பார்.

காட்சி - 20

கங்காதரன் பிள்ளையின் வீடு, மாலை.

பாலூர் ராமுவுக்கு விருந்து கொடுத்துக் கொண்டிருக்கிறார், பிள்ளை.

பிள்ளை

பிரயாணம் எல்லாம் எப்படி இருந்தது?

பாலூர் ராமு

பரவாயில்லை. வரவர ரசிகாள் தொந்தரவு தாஸ்தியாயிடுத்து. அதனால இப்போ ரயில்ல வர்றதில்லை. கார்லதான் வர்றேன் அப்பவும் விடறதில்லை. மாலையைப் போடறதும் அதை போடறதும்.....

பிள்ளை (மதுவை ஊற்றியபடி)

ராமு. நீ இவ்வளவு பெரிய ஆளா ஆனதுல எங்களுக்கெல்லாம் ரொம்ப சந்தோஷம்.

பாலூர் ராமு

எல்லாம் ரங்கண்ணா ஏத்தி வச்சது தானே!

பிள்ளை

சும்மா உளறாதேயும் ஓய். கிழவனார் சங்கீதத்துல ஞானி அது இது எல்லாம் முக்கியமில்லங்கானும். சங்கீதத்துல உங்களை மாதிரி பேர் வாங்க முடிஞ்சதா? மெட்ராஸில உம்ம கச்சேரின்னா ஐசிஎஸ் ஆபீசர்லிருந்து ஹைகோர்ட் ஜட்ஜ் வரைக்கும் முன் வரிசையில் ஒக்காந்து தலையாட்டிட்டு இருப்பாங்க. கிழவனார்க்குக் கும்பகோணத்தை விட்டா வேற என்ன இருக்கு?

மதுவை கிளாஸில் ஊற்றி பாலூர் ராமுவுக்குத் தருகிறார், பிள்ளை. பாலூர் ராமு குடிக்கத் தொடங்குகிறார். அப்போது அவர் மனைவி அவர் அருகே சென்று எச்சரிக்கை செய்கிறாள்.

மனைவி

சாயங்காலம் கச்சேரி இருக்கு. ஞாபகம் இருக்கட்டும்.

பாலூர் ராமுவும் பிள்ளையும் மது அருந்துகிறார்கள்.

காட்சி - 21
கோயில் மண்டபம். இரவு

பாலூர் ராமுவின் சங்கீத கச்சேரியைக் கேட்க ஆணும்பெண்ணும் திரண்டிருக்கிறார்கள். பாபு, யமுனா, ரங்கண்ணா, வைத்தியும் வந்திருக்கிறார்கள். பாலூர் ராமு தனது சகாக்களுடன் வருகிறார். அவருடன் கங்காதரன் பிள்ளையும்.

பாலூர் ராமு நன்றாகக் குடித்திருப்பதால் நிதானமின்றி தள்ளாடியபடியே மேடைக்கு வருகிறார். படிக்கட்டு ஏறும்போதே தடுமாறுகிறார். சமாளித்துக் கொண்டு மேடைக்கு வந்து எல்லோருக்கும் வணக்கம் செய்கின்றார். ரங்கண்ணாவுக்கு தலைகுனிந்து பிரத்யேக நமஸ்காரம் செய்ய அவர் மறக்கவில்லை. ரங்கண்ணாவும் கையசைத்து வாழ்ந்து சொல்கிறார்.

கச்சேரி தொடங்குகிறது, பாலூர் ராமு ராக ஆலாபனை செய்யத் தொடங்குகிறார். போதை தலைக்கேறிய நிலையில் பாடுவதால், அவரது சங்கீத ஆலாபனை குழப்பத்தில் சென்று முடிகிறது.

சங்கீதம் அறிந்தவர்கள், நெளிகிறார்கள். ரங்கண்ணாவுக்கோ பொறுக்க முடியவில்லை.

ரங்கண்ணா (சப்தமுயர்த்தி)

டேய், நிறுத்து!

சபையே திடுக்கிடுகிறது. பாலூர் ராமு பாடுவதை நிறுத்தி விடுகிறார். ரங்கண்ணா மிகுந்த கோபத்துடன் எழுந்து வந்து பேசுகிறார்.

ரங்கண்ணா

பிராந்தியைக் குடிச்சுப்புட்டு நாக்குகுழற கத்தறது சங்கீதமில்ல. நீ எப்படி பாடினாலும் மெட்ராஸில் இருக்கறவா சபாஷ் சொல்லலாம். தியாகராஜ ஸ்வாமி பொறந்து சஞ்சரிச்ச பூமிடா இது. இங்க இதெல்லாம் நடக்காது, இறங்கி போடா.

பாலூர் ராமுவுக்கு அவமானமாக இருக்கிறது. தன் குருவான ரங்கண்ணா அப்படி சொல்லும்போது வேறு வழியின்றி மேடையிலிருந்து இறங்கிச் செல்கிறார். அவருடன் கங்காதரன் பிள்ளையும் செல்கிறார்.

பக்கவாத்ய கோஷ்டியும் புறப்பட எத்தனிகிறார்கள். ரங்கண்ணா அவர்களைத் தடுத்து கச்சேரி தொடருமாறு சொல்கிறார்.

ரங்கண்ணா

ம்... ம்... கச்சேரி நடக்கட்டும். *(பாபுவைப் பார்த்து)* பாபு! சங்கீதத்துக்கு வயசோ கீர்த்தியோ முக்யமில்லை. நீ போய் பாடறா. போய்பாடு, போ... தைரியமா பாடு *(வைத்தியைப் பார்த்து)* நீங்களும் ஆசீர்வாதம் பண்ணுங்கோ.

பாபு மேடைமீது அமர்ந்து கீர்த்தனையைப் பாட ஆரம்பிக்கிறான்.

பாடல்

சங்கீத ஞானமு பக்திவினா
ஸன்மார்க்கமும் கலதே மநஸா *(சங்கீத)*

பிருங்கி நடேச ஸமீரஜ கடஜ
மதங்க நாரதாதுல உபாஸிஞ்சே *(சங்கீத)*

நியாயயா அந்யாயமு தெலுஸினு ஜகமுலு
மாயா மயமணி தெலுஸினு துர்குண

காய ஜாதீஷு திருபுழியிஞ்சி
கார்யமு தெலுஸினு தியாக ராஜுனிகே *(சங்கீத)*

பாபு பாடுவதைச் சபையே ரசிக்கிறது. ரங்கண்ணாவும் ரசிக்கிறார். வைத்தி பெருமிதமடைகிறார். நீண்ட காலமாகத் தாம்கண்ட கனவு நனவானதில் திருப்தி அவருக்கு.

காட்சி - 22

யமுனாவின் வீடு - பகல்.

யமுனா, பார்வதி, வைத்தி மூவரும் அமர்ந்திருக்கிறார்கள்.

யமுனா

ரங்கண்ணாகிட்ட போயி கொஞ்சநாள்தான் ஆச்சு. பாபு இப்பவே விஸ்தாரமா பாட ஆரம்பிச்சுட்டான்.

வைத்தி

ம். நமக்கு சங்கீதத்துல அவன் மேல வரணுமேங்கற கவலை. அவன் அம்மா என்னடான்னா உடனே அவனுக்குக் கலியாணத்தை முடிச்சுப்பூடனும்னு துடிச்சிண்டிருக்கா. வயசு ஏறிண்டே போறதாம்.

யமுனா

என் வயசு முருங்கைமரத்தில் ஏறி ரொம்ப வருஷம் ஆயிடுத்துன்னு மாமிகிட்ட சொல்லுங்க ஆசுவாசமாயிருக்கும்.

வைத்தி

நேத்திக்கு நந்தமங்கலம் போயிருந்தேன். அப்பா சீக்கா படுத்திண்டிருக்கார்.

பார்வதி

சீக்கா?

வைத்தி

பயப்படறதுக்கு ஒன்றுமில்லை. கைகால் எல்லாம் வலியா இருக்காம். வாயு சம்மந்தங்கிறார் டாக்டர். பாலம்மாதான் ராத்ரியும் பகலும் பக்கத்திலிருந்து ஒத்தடம் குடுத்துண்டிருக்கா.

பார்வதி

கிட்டபோயி செஞ்சிபோடலாம்னா நமக்கு லபிக்கலை. அவர் ஏதாவது சொன்னாரா?

வைத்தி

ம். யமுனா கலியாணத்தை உடனே நடத்திப் பூடனம்னு சொன்னார். சாமிராவும் அப்போ அங்க இருந்தான் நாலஞ்சு வரன் நல்லதா கொண்டு வர்றதா சொல்லியிருக்கான்.

யமுனா

என் ஒருத்தி கல்யாணத்துக்காக எத்தனைபேர் தலைபொறுப்பா அலையறாங்க பாத்தியாம்மா?

காட்சி- 23

யமுனாவின் வீடு - பகல்.

யமுனாவைப் பெண்பார்க்க வேறு வேறு மாப்பிள்ளைகளை சாமிராவ் கொண்டு வருகிறான். சாமிராவும், பாபுவும் ஒவ்வொரு மாப்பிள்ளையோடும் அமர்ந்திருக்க, யமுனா தன்னை அலங்கரித்துக் கொண்டு அந்த

மாப்பிள்ளைகள் முன்பு வந்து நின்று வணக்கம் செலுத்துகிற காட்சி MONTAGEகளாகக் காட்டப்படுகின்றன.

இறுதியாக, ஒரு மாப்பிள்ளையைக் குதிரை வண்டியில் அழைத்து வருகிறார்கள். அவன் வருகிற வழியிலேயே யமுனா வீட்டைப்பற்றி விசாரிக்கிறான்.

மாப்பிள்ளை

ஏன் தம்பி, பார்வதிபாய் வாழ்க்கைபட்டது பூனாவிலிருந்து வந்த ஏதோ ராவ்குடும்பம்னு...

பாபு

இல்ல. நந்தமங்கலம் லேன்ட்லார்ட் சுப்ரமணிய அய்யரோட ரண்டாவது சம்சாரம்.

மாப்பிள்ளை

என்னது? சுப்ரமணிய அய்யரோட ரண்டாவது சம்சாரமா? எனக்கு பொண்ண பாக்கவும் வேணாம் ஒன்னும் வேணாம். ஆளை விட்டா போதும் போ....

மாப்பிள்ளை வண்டியிலிருந்து வேகமாக இறங்கி ஓடுகிறான்.

காட்சி - 24

யமுனா வீடு - மாடிப்பகுதி - பகல்.

யமுனா அலங்காரத்தோடு மேலே வருகிறாள். அங்கே பாபு சோகத்தோடு அமர்ந்திருக்கிறான், பாதிவழிலேயே இறங்கி ஓடிப்போய்விட்ட வரனை நினைத்து,

யமுனா

எனக்கு வேதனையா இருக்கு, பாபு!

பாபு

என்ன?

யமுனா

கலியாணம்னா பெண் பாக்கறது தானே சுவாரஸ்யம்! எந்தப் பையன் வேணும்னாலும் யாரை வேணும்னாலும் வந்து பாக்கலாம். பொம்மனாட்டிய ஏற இறங்க பாத்துட்டு உடம்புல ஏதாவது ஒரு கோணல் சொல்லி காலரை ஏத்திவிட்டு கவுரமா வெளியில போயிடலாம். இது கூட தெரியாத ஒரு அசடு இருக்கா இந்த உலகத்துல?

இருவரும் சிரிக்கிறார்கள்.

காட்சி - 25

தோட்டப்பகுதி - பகல்.

மரங்கள் சூழ்ந்திருக்கின்ற தோப்பு. யமுனாவும், பாபுவும் நடந்து கொண்டே பேசுகிறார்கள்.

பாபு

யமுனா, நான் ஒன்னு கேட்டா வித்யாசமா நெனச்சுக்க மாட்டியே?

யமுனா

வித்யாசமா நெனச்சிண்டா, நீ என்ன பண்ணுவே?

பாபு சோகமாகிவிடுகிறான்.

யமுனா

ஒரு வார்த்தை சொல்றதுக்குள்ள மூஞ்சியெல்லாம் சிவந்து போயிடுத்தே! நா ஒன்னும் வித்யாசமா நெனச்சுக்கமாட்டேன்.

பாபுவின் முகம் மலர்கிறது. இருவரும் தரைமீது படர்ந்திருக்கும் மரக்கிளைமீது அமர்ந்து கொள்கிறார்கள்.

யமுனா

இப்போ, கேளு!

பாபு

உன் கலியாண விஷயம் பேசறபோதெல்லாம், அது வேற யாருக்கோ நடக்கறமாதிரி வறட்டுத்தனமா பேசிண்டிருக்கியே, ஏன்?

யமுனா

அது, என் இஷ்டம்

பாபு

அது உன் இஷ்டம்னா எனக்கொன்னும் சொல்ல வேண்டாம். நான் வர்றேன்.

பாபு எழுந்து செல்ல முயல்கிறான். யமுனா அவன் கையைப் பிடித்து அமர்த்துகிறாள்.

யமுனா

போலாம். உட்கார். நான் ஒன்று கேட்டா நீ வித்யாசமா நெனச்சுக்க மாட்டியே!

பாபு

மாட்டேன்

யமுனா

உனக்கு என்ன வயசு இப்போ?

பாபு

இருபது வயசு முடியப்போறது.

யமுனா

அதனாலதான் உனக்கு காச்சுமூச்சுன்னு கோபம் வருது. எனக்கென்ன வயசு தெரியுமா?

பாபு

சரியா தெரியாது

யமுனா

என்னைப் பார்த்தா எப்படி தெரியுது?

பாபு

இருபத்தஞ்சு வயசு மாதிரி

யமுனா

போன புரட்டாசியோட முப்பது முடிஞ்சு போச்சு. இந்த வயசுல ஒரு பொண்ணுக்கு ஏக்கமும் தவிப்பும் இருக்க முடியுமா, பாபு?

காட்சி - 26

ரங்கண்ணாவின் வீடு - பின்புறம் - விடியற்காலை.

ஒரு வயதான பெண் சாணம் எடுத்துக் கொண்டிருக்கிறாள். அருகிலுள்ள புதர் போன்ற பகுதியில் யாரோ ஒளிந்திருப்பதைப் பார்த்துவிட்டு அலறியபடி ஓடி வருகிறாள், அவள்.

வயதான பெண்

அய்யோ, திருடன், திருடன்.

வீட்டிலிருந்து பாபு வெளியே ஓடிவருகிறான். புதர் அருகே வந்து நிற்கிறான்.

பாபு

யார்ரா அது? யார்ரா, அது?

புதரிலிருந்து ரங்கண்ணா "சப்தம் செய்யாதே" என்று சைகை மூலம்சொல்லிக் கொண்டு எழுந்து நிற்கிறார். சுவர் மீது நின்றிருக்கும் சேவலைக் காட்டுகிறார். சேவல் கூவுகிறது. ரங்கண்ணா அது கூவுவதற்காகக் காத்திருந்தவர் போல கைதட்டி மகிழ்கிறார்.

ரங்கண்ணா

ஆஹா. பாத்தியா? இந்த அதிசயத்தைப் பாத்தியா? நேத்து குளிக்க போறபோது கோழி கூவுச்சி. அது என்ன ராகம்னு யோசிச்சேன். பைரவி. இன்னிக்கி என்ன ராகத்துல கூவப் போகுதுன்னு கண்டுபிடிக்கத்தான் விடியற்காலைல இருந்து இங்கே வந்து பதுங்கிண்டிருந்தேன். இன்னிக்கி காம்போதி. ம். பாத்தியா. கோழி கூட உணர்ச்சிக்கு தகுந்த மாதிரி ராகத்தை மாத்திண்டே இருக்கு.

காட்சி - 27

தோப்புப்பகுதி

பாபு ஓரிடத்தில் அமர்ந்து தியானம் செய்து கொண்டிருக்கிறான். அப்போது அடுத்த வீட்டிலிருக்கும் ஹெட்கிளார்க்கின் மனைவி தங்கம்மா அந்த வழியாக வருகிறாள்.

தங்கம்மா

என்ன பண்றேள்?

பாபு

தியானம் பண்றேன்.

தங்கம்மா

எதுக்கு?

பாபு

அலைபாயற மனசைக் கட்டுப்படுத்தனும்னா தியானம் பண்ணுன்னு ரங்கண்ணா சொன்னார்.

தங்கம்மா

அப்போ, மனசு அலைபாயறதா?

பாபு

அப்படி ஒன்னுமில்லை!

தங்கம்மா

அதுசரி மத்தவா மனசு அலைபாஞ்சா நீங்க என்ன பண்ணுவேள்?

காட்சி - 28

பாபுவின் போர்ஷன் வீடு - இரவு.

வீட்டுக்காரர் கையில் லாந்தருடன் வந்து கதவைத் தட்டுகிறார். பாபு எழுந்து வருகிறான்.

வீட்டுக்காரர்

பாபு, யாரோ சுப்ரமணிய அய்யராமே, அவர் இறந்துவிட்டாராம் வெளியே கார்ல ரண்டுபேர் காத்துண்டிருக்கா.

பாபு வேகவேகமா சட்டையைப் போட்டுக்கொண்டு கீழே வருகிறான். காரில் பார்வதியும், யமுனாவும் காத்திருக்கிறார்கள்.

பார்வதி (அழுதபடி)

நா என்ன பாபு செய்வேன்? வயித்தில் அடிச்சிட்டு போயிட்டாங்களே!

யமுனா

பேசாம வாம்மா. எல்லாரும் தூங்கறாங்க.

பாபு ஏறிக் கொள்கிறான். கார் புறப்படுகிறது.

காட்சி - 29

சுப்பிரமணிய அய்யரின் வீடு. இரவு.

கார் வந்து நிற்கிறது. அய்யரின் மூத்தமகன் வாசலில் நின்று கொண்டிருக்கிறான். காரிலிருந்து இறங்குகிற பார்வதியும், யமுனாவும் அழுதுகொண்டே உள்ளே செல்கிறார்கள். மூத்தமகன், பாபுவோடு பேசுகிறான்.

மூத்தமகன்

கார்த்தாலேயிருந்து எல்லாரும் இங்கதான் இருந்தா. இப்பதான் எடுத்தோம்.

பாபு

நாங்க வர்ற வரைக்கும் காத்துட்டிருந்திருக்கலாமே!

மூத்தமகன்

என்ன சொல்ற நீ? இப்பவே ஊர்ல எல்லாரும் ஒரு மாதிரியா பேசறா! இவா வர்ற வரைக்கும் நா காத்திண்டிருந்தா ஊர்ல ஒரு பெரிய ரகளையே நடந்திருக்கும்.

சற்று தூரத்தில் ஊர்க்காரரர்கள் தங்களுக்குள் பேசிக் கொள்கிறார்கள்.

ஒருவர்

நல்லவேளை, இவா வர்றதுக்குள்ளே எடுத்துட்டா!

மற்றொருவர்

வச்சிண்டிருக்கிற பொம்மனாட்டிங்க எல்லாம் வந்த பிறகுதான் எடுக்கனும்னா ஒரு ஜமீன்தாரையும் சம்ஸ்காரம் பண்ணமுடியாது. தெரியுமோன்னோ!

பார்வதியும், யமுனாவும் வீட்டிலிருந்து வெளியே வருகிறார்கள்.

மூன்றாமவர்

ஓய், வாடகைக்கார் போலிருக்கு.

ஒருவர்

வாடகைக்கார் என்னதுக்கு ஓய்! இப்பவும் மான் குட்டிபோல அழகா இருக்காளேண்ணோ! அய்யரைப் போல வேறு ஒருத்தரை இவ வளைச்சுப் போடமுடியாதா என்ன?

இதைக் கேட்கிற பாபு, கோபத்துடன் வந்து அந்த வயதானவர் மேலாடையைப் பிடிக்கிறான்.

பாபு (கோபத்துடன்)

என்னய்யா சொன்னே?

யமுனா தூரத்திலிருந்து “பாபு” என்று உரத்து குரல் கொடுக்கிறாள். பாபு வயதானவரின் மேலாடையை விட்டுவிடுகிறான்.

காட்சி - 30

ரங்கண்ணா வீடு. பகல்.

ரங்கண்ணா சிஷ்யர்களுக்கு சங்கீத பாடம் சொல்லித்தந்து கொண்டிருக்கிறார். அப்போது பாபு அங்கே வருகிறான். உள்ளே வந்ததும் ரங்கண்ணாவின் அருகே சென்று பவ்யமாக வணங்குகிறான். ஆனால் ரங்கண்ணா அவன்மேல் கோபத்தில் இருப்பது தெரிகிறது.

ரங்கண்ணா

ஏன்டா பாபு நேத்திக்கு வரலை?

பாபு

வேலை இருந்தது

ரங்கண்ணா

அப்படின்னா முந்தா நாளே சொல்றதுக்கு என்ன? நீ வருவே வருவேன்னு நான் காத்திண்டிருக்கணும், இல்லியா? நீ பாட்டுக்கு உக்காந்துர்றா கிழமுண்டம் இன்னைக்கு உன்னை ஏச்சுப்புட்டேன்னு உன் வேலைய பாத்துண்டிருப்பே. அப்படித்தானே. முன்னாலயே சொல்லியிருந்தா எதிர்பார்த்திண்டு உக்காராம இருந்திருப்பேன்.

பாபு

இல்லண்ணா. எனக்கு வேண்டியவாளுடைய தகப்பனார் காலமாயிட்டார். அதுக்கு போக வேண்டியிருந்தது.

ரங்கண்ணா

என்னை தப்பா நெனக்காதடா குழந்தே. நீ வராம போனா எனக்கு ஒரு நாளே விரயமாயிட்டா போல இருக்கு. அதனாலதான் கோபமா பேசிட்டேன். எனக்கு இதுவரை உன்னைப்போல நல்ல சிஷ்யன் கிடைக்கலை. வர்றவனெல்லாம் அரைகுறையா எதையாவது கத்துண்டு கச்சேரி அதுஇதுன்னு காசுபண்ண போயிடறான். நீ எங்கே என்னைவிட்டு போயிடுவியோங்கற பயம் தான்டா என்னை இப்படி பேசச் சொல்றது.

காட்சி - 31

யமுனா வீடு. பகல்

சுப்ரமணிய அய்யரின் மூத்தமகன் வந்திருக்கிறான். பார்வதி, யமுனா, பாபு முதலானோர் வீட்டில் இருக்கின்றனர்.

மூத்தமகன் (பார்வதியிடம்)

சின்னம்மா, நெல்லு கொணாந்திருக்கிறேன். கடைசி தடவையா இருக்கறதனால வண்டிக்காரனை மட்டும் அனுப்ப மனசு வரலை. அதனாலதான், நானும் கூட வந்தேன். சொல்றனேன்னு தப்பா நெனச்சுக்காதீங்க. அப்பா இருக்கறவரிக்கும் எல்லாருக்கும் செஞ்சிட்டு போயிட்டார். இன்னும் எவ்வளவுதான் நான் செய்ய முடியும்? அங்கயும் சம்சாரம் குறைச்சலா?

பார்வதி அழுகிறாள்.

மூத்தமகன்

நீங்க அழனுங்கறதுக்காக நான் இதை சொல்லலை. நல்லதுக்குதான் சொல்றேன். நகையை வித்து

யமுனா கலியாணத்தை முடிச்சு வச்சிடுங்க. இந்த வீட்டை வாடகைக்கு விட்டுட்டு வேற சின்ன வீடா குடி போயி அந்த வாடகையை வச்சிகிட்டு சாப்பிட்டீங்கண்ணா...

பார்வதி துயரம் தாங்க முடியாமல் சென்றுவிடுகிறாள். யமுனா யாதொன்றும் பேசாமல் மௌனமாக இருக்கிறாள்.

பாபு

யமுனாவுக்குக் கலியாணம் இன்னும் அமையலை. இந்த நிலைமையில சாப்பாட்டுக்கு நெல் அனுப்பறதை நிறுத்திடாதீங்க. இதுவே உங்க கூடப் பொறந்த தங்கையா இருந்தா...

மூத்தமகன்

அதனாலதான் இந்த வீட்டை நான் எடுத்துக்கலை. ஒன்னே ஒன்னுமட்டும் செய்றேன். வீடு இவா பேரில் இல்ல.

பாபு

என்னது? வீடு இவா பேரில் இல்லையா?

மூத்தமகன்

ஆமா. இல்ல. அதை சாசனம் பண்ணி குடுத்துடுறேன் அதுக்குமேல நான் செய்றதுக்கு எதுவுமில்ல.

பாபு

இது பழங்கணக்கு பாக்கற சங்கதியா? செத்துப்போன உங்க அப்பாவுக்கு திருப்தி வேண்டாமா?

மூத்தமகன்

பாபு, நீ சின்ன பையன். உன்கூட பேசி வீணா பொழுது போக்கறதுல என்ன பிரயோஜனம். இத பாரு. இவா யாரு? நீ யாரு? இவாளுக்கும் உனக்கும் என்ன சம்மந்தம்? நீ பாட்டுக்குப் படிச்சி பாஸ் பண்ற வழிய பார்ப்பியா? யார் எக்கேடு கெட்டுப்போனா உனக்கு என்ன? யாருக்குக் கலியாணம் ஆனா என்ன? ஆகாட்டா என்ன? அதது அவா அவா தலை எழுத்து. (பார்வதிக்குக் கேட்கும்படி) சின்னம்மா, நான் வர்றேன். நெல்ல குதிருக்குள்ள கொட்டிட்டு சாக்கை குடுத்தனுப்புங்க.

காட்சி - 32

யமுனா வீட்டின் பின்புறம். பகல்.

கடைசியாக வந்த நெல்லை வேக வைத்துக் கொண்டிருக்கிறாள், பார்வதி, பாபுவும் யமுனாவும் அருகில் இருக்கிறார்கள்.

பாபு

நாம கோர்ட்டுக்குப் போனா என்ன?

யமுனா

பாபு, உனக்கு மூளை இருக்கா? கோர்ட்ல வக்கீல் இளையதாரம்னா என்னன்னு சாக்கடை வாயால கேப்பான். அதுக்கெல்லாம் பதில் சொல்லிட்டு நிக்கனுங்கறியா?

காட்சி - 33

தங்கம்மா வீடு. இரவு.

பாபு குடியிருக்கிற மாடிக்குச் செல்வதற்கு வசதியாக ஏணி ஒன்றை வைத்து ஏறி, மதில் தாண்டி குதிக்கிறாள், தங்கம்மா. வேறு யாராவது பார்த்துவிடுவார்களோ என்கிற அச்சம் அவளுக்கு இருப்பதாகத் தெரியவில்லை.

பாபுவின் அறைக்குள் திடீரென நுழைகிறாள், அவள். படுக்கையிலிருக்கும் பாபு, பதறி எழுகிறான்.

பாபு

நீயா

தங்கம்மா

ஸ்... ஸ்...

பாபு

எப்படி வந்தே?

தங்கம்மா

மாடி சுவத்தைத் தாண்டி வந்தேன்.

படுக்கையில் பாபுவின் அருகில் உரிமையோடு அமர்ந்து கொள்கிறாள்.

தங்கம்மா

ஏன் இப்படி, மூஞ்செல்லாம் வேர்த்து வடியறது? முந்தானை தலைப்பால் அவன் முகத்தை துடைத்து விடுகிறாள்.

தங்கம்மா

ஏன் அனவாசியமா பயந்து சாகறேள். கீழே உன் வீட்டுக்காரர் ஊருக்குப் போயிருக்கார். இங்க ஒருத்தரும் இல்ல. அது கேம்ப் போயிருக்கு

பாபு

நீ எதுக்கு வந்தே?

தங்கம்மா

இதுதான் என் விதின்னு என் மனசைக் கெட்டிபடுத்தியிருந்தேன். அப்பதான் என்னைத் தேள் கொட்டிடுத்து. அன்னையிலிருந்து எனக்கிருக்கிற ஒரே மனுஷா இந்த மருந்து டப்பாதான். இதோ பாருங்க. ராத்திரியும் பகலும் உங்களை நினைச்சி நான் ஏங்கறேன்.

பாபு

தங்கம்மா, இது தப்பு.

தங்கம்மா

ஏன், என்னைக் கண்டா உங்களுக்குப் பிடிக்கலையா? இல்ல நான் அழகா இல்லையா?

பாபு

தயவு செஞ்சி போயிடு.

தங்கம்மா

போறேன். போறதுக்கு முன்னாடி உங்களுக்கு ஒன்று சொல்றேன். இனிமே எனக்கு நீங்கதான். உங்களைப் பாத்தா நல்லவர் மாதிரி தெரியுது. ஆனா இங்க மாத்திரம் கல்லா இருக்கு.

என்றுசொல்லிவிட்டு வெளியே போவது போல் சென்று கதவை அடைத்துவிட்டு திரும்புகிறாள். பாபு எழுந்து நிற்கிறான். தங்கம்மா அவனை இறுக அணைத்துக் கொள்கிறாள்.

தங்கம்மா

என்னமோ திமிர்றேளே மிரள்ற கன்னுக்குட்டியாட்டம் இப்ப திமிரு பாப்பம்.

பாபு

விடு என்னை.

தங்கம்மா

விடமாட்டேன்.

பாபு

நான் இறைஞ்சி கத்துவேன்.

தங்கம்மா

எங்கே கத்தேன்பாப்போம்? ஜாதிப்பூ கமகமன்னு மணக்குதுல்ல. முகர்ந்து பாரு.

இருவரும் ஒருவரை ஒருவர் அணைத்துக் கொள்கிறார்கள். சிறிது நேரம் கழிகிறது. தங்கம்மா தன் ஆடைகளைச் சரிசெய்து கிளம்புகிறாள். பாபு குற்றம் செய்த மனநிலையோடு படுத்துக்கிடக்கிறான்.

தங்கம்மா

என் மேல கோபமா?

பாபு

இல்ல.

தங்கம்மா

வரட்டுமாடா கண்ணா?

தங்கம்மா அங்கிருந்து செல்கிறாள். பாபு படுக்கையிலிருந்து எழுந்து சென்று ஜன்னல் அருகே அமர்கிறான். இதையறிந்தால் ரங்கண்ணா என்ன செய்வார் என்று எண்ணுகிறான். ரங்கண்ணா திட்டுவது அவன் நினைவில் வருகிறது.

ரங்கண்ணா

சீ. தர்மஹத்தி! உனக்கு எதுக்குடா சங்கீதம்? பிறத்தியான் பொண்டாட்டியோடு குலாவறதைவிட குளத்தில் விழுந்து சாகலாம்!

காட்சி - 34

மகாமகக் குளம். விடியற்காலை.

பாபு குளத்தை நோக்கி நடந்து வருகிறான். தற்கொலை செய்து கொள்கிற எண்ணத்தோடு, குளத்தின் படிககட்டுகளில் வேகவேகமாக இறங்குகிறான். அப்போது திடீரென யமுனாவின் நினைவு வருகிறது. தற்கொலை முயற்சியைக் கைவிட்டுவிட்டு மேலே வருகிறான். குளக்கரையிலேயே சிறிது நேரம் அமர்கிறான். பொழுது விடிந்துவிடுகிறது.

காட்சி - 35

யமுனா வீடு. விடியற்காலை.

வருத்தமான முகத்தோடு யமுனா வீட்டின் மாடி படிக்கட்டுகளில் பாபு ஏறுகிறான். மாடியில் யமுனா தலைசீவிக்

கொண்டிருக்கிறாள். அவள் முன்பாக ஒன்றும் சொல்லாமல் மரப்பெட்டி மீது அமர்கிறான். விடியற்காலையில் பாபு வந்திருப்பது யமுனாவுக்கு ஆச்சர்யத்தை அளிக்கிறது.

யமுனா

என்ன பாபு? காலங்கார்த்தால?

பாபுவால் பொறுக்க முடியவில்லை. சிறு குழந்தையைப் போல விக்கி விக்கி அழத் தொடங்குகிறான். பதறிப் போன யமுனா அவனருகே வந்து அவன் தோளை உலுக்கி என்னவென்று கேட்கிறாள்.

யமுனா

என்ன ஆச்சு? என்ன ஆச்சு பாபு? சொல்லு பாபு? எதுக்கு அழற? பாபு...

யமுனாவுக்கு அவன் பதில் ஒன்றும் சொல்லாமல் திடீரென்று அழுகையை நிறுத்திவிட்டு அங்கிருந்து சென்று விடுகிறான்.

- **இடைவேளை** -

காட்சி - 36

ரங்கண்ணாவின் வீடு. பகல்.

ரங்கண்ணா பூஜைக்கான ஏற்பாடுகளைச் செய்து கொண்டிருக்கிறார். பாபு, தம்பூராவை மீட்டியபடி ராக ஆலாபனை செய்து கொண்டிருக்கிறான். பாபு, குற்ற உணர்வோடு பாடிக் கொண்டிருப்பதால் அவனால் சங்கீதத்தோடு ஒன்றமுடிவதில்லை.

ரங்கண்ணா

இன்னக்கி என்ன வந்துச்சி உனக்கு? ஆரம்பத்திலேந்து பாக்கறேன். ஒரு இழைமேல நிக்கறே இல்லன்னா கீழே நிக்கறே... ம்...

பாபு தொடர்ந்து ஆலாபனை செய்கிறான்.

ரங்கண்ணா

ஏன் இன்னிக்கு எல்லாம் இப்படி கோணலா இருக்கு? மனசு சரியில்லையா?

பாபு

ஒன்னும் இல்லண்ணா.

ரங்கண்ணா

இல்லை. ஏதோ சரியில்லை. மனசு சரியில்லன்னா சுருதியும் சேராது. சரி இன்னிக்கு இது போதும் மீதியை நாளைக்குப் பாத்துக்கலாம்.

காட்சி - 37

யமுனா வீடு. பகல்.

காலையில் வீட்டிற்கு வந்து அழுதுவிட்டு போன பாபுவை, யமுனா வரச்சொல்லியிருந்தாள். யமுனாவின் முன் பாபு வந்து அமர்கிறான்.

யமுனா

வந்துட்டியா, பாபு!

பாபு குழப்பத்தோடு அவளைப் பார்க்கிறான்.

யமுனா

என்னத்துக்குக் காலமே வந்தே! அழுதுட்டு திடுக்குனு எழுந்து போன?

பாபு

ஏதோ சொல்லனும்னு வந்தேன். சொல்ல முடியலை.

யமுனா

அதுக்காகத்தான் வரச்சொன்னேன். இப்போ சொல்லு... சொல்லு.

பாபு

யமுனா, நான் உனக்கு துரோகம் பண்ணிட்டேன்.

யமுனா

துரோகமா? என்ன சொல்ற?

பாபு

நான் ரூம் வச்சிண்டிருக்கேனே. அதுக்கு அடுத்த வீட்ல கிழவர் ஒருத்தர் இருக்கார். அவர் ரண்டாம்தாரமா கலியாணம் பண்ணிட்டு வந்திருக்கார். நேத்து ராத்திரி ஒரு பன்னெண்டுமணி இருக்கும். திடீர்னு அந்தப் பொண்ணு என் ரூம் நிலையில வந்து நின்னா. கிழவர் ஊர்ல இல்லையாம். அவ நேரா ரூமுக்குள்ள வந்துட்டா. போயிடு போயிடுன்னு நான் கெஞ்சினேன். போகலை. ரண்டு மணி நேரத்துக்கு அப்புறம் தான் போனா....

யமுனா

எனக்கென்ன துரோகம் இதனால?

பாபு

பிச்சி பிச்சி சொன்னாதான் புரியுமா உனக்கு? வேற ஒரு பெண் என்னைப் பலவந்தப்படுத்துன போதுதான் உனக்கும் எனக்குமுள்ள பந்தம் எனக்கு புரிஞ்சுது யமுனா!

இந்த சமயத்தில் பார்வதிபாய் கோயிலுக்கு சென்றுவிட்டு வீட்டிற்குள் வருகிறாள்.

பார்வதி

பாபுவா? நீ வந்தது நல்லதா போச்சு. (பெட்டியிலிருந்து நகைகைள எடுத்து பாபுவிடம் தந்து கொண்டே) இந்த நகைகளை எல்லாம் உடனே வித்து தரணும் செய்வியா?

பாபு

இதெல்லாம் ஏன் விக்கணும்?

பார்வதி

ஏன்னா? சாப்பிடறதுக்கு தான்.

யமுனா

ஏன் திகச்சுப் போய் நிக்கற? வீட்ல இதான் நிலைமை இப்போ.

காட்சி - 38

கல்லூரி வளாகம். பகல்.

பாபுவும், ராஜமும் நடந்து வருகிறார்கள்.

பாபு

ராஜம், இது யமுனா வீட்டு நகை. அவசரமா வித்து தரணும்.

ராஜம்

நிலமை அவ்ளோ மோசமாயிடுத்தா?

பாபு

ஆமாம். அவங்களுக்கு என்னைவிட்டா வேறு யாருமில்லை.

ராஜம்

கேக்கறதுக்கே ரொம்ப கஷ்டமாயிருக்கு. யமுனாவுக்கு வேற இன்னும் கல்யாணம் ஆகலை.

பாபு (நிதானமாக)

யமுனாவ நான்தான் கலியாணம் பண்ணிக்க போறேன்.

ராஜம்(அதிர்ந்து)

என்னது? நீயா? யமுனாவையா?

பாபு

ஆமா. நான் உறுதியாதான் சொல்றேன். யமுனாவை நான்தான் கலியாணம் பண்ணிக்க போறேன்.

ராஜம்

உனக்கென்ன பயித்தியம் கியித்தியம் பிடிச்சிடுத்தா? யமுனா சாதாரண மனுஷி இல்ல. அவ தெய்வம் அது இதுன்னு சொல்லிட்டிருந்தே. இன்னிக்கி என்னடான்னா அவளையே கலியாணம் பண்ணிக்க போறேங்கற. பக்தனே தெய்வத்தைக் கலியாணம் பண்ணிக்க முடியுமா?

பாபு அமைதியா இருக்கிறான்.

ராஜம்

யமுனா கிட்ட சொல்லிட்டியா?

பாபு

சொல்லிட்டேன்

ராஜம்

சம்மதிச்சிட்டாளா?

பாபு

அதை தெரிஞ்சிக்கறதுக்கு முன்னாடி அவ அம்மா வந்துட்டா.

ராஜம்

எனக்கென்னமோ நீ செய்ற காரியம் சிறுபிள்ளைத்தனமா தோண்றது! ஊரு உலகம் இதை ஏத்துக்குமா?

காட்சி - 39

பாபுவின் அறை. இரவு.

பாபு தம்புராவை மீட்டிக் கொண்டிருக்கிறான். அப்போது தங்கம்மா சுவரேறி குதிக்கும் சப்தம் கேட்கிறது. பாபு உடனே எழுந்து சென்று, கதவைத் தாழிட்டுவிட்டு, விளக்கையும் அணைத்துவிட்டு தூங்குபவன் போல பாசாங்கு செய்கிறான்.

தங்கம்மா கதவை தட்டிப்பார்த்துவிட்டு, ஜன்னலருகே வருகிறாள். "பாபு... பாபு" என்று கூப்பிட்டு பார்க்கிறாள். பாபு தூங்குவதாக நினைத்து, தன் கூந்தலிலிருந்து மல்லிகைப்பூ சரத்தை எடுத்து அவன் மேல் வீசுகிறாள். பாபுவிடம் ஒரு அசைவும் இல்லை. "தூங்கிட்டேளா" என்று சொல்லிவிட்டு அங்கிருந்து ஏமாற்றத்தோடு சென்று விடுகிறாள்.

காட்சி - 40

தங்கம்மா வீடு. இரவு.

பாபுவை நினைத்து விரகதாபத்தில் அவள் பாடுகிறாள்.

பாடல்

சொல்லாயோ வாய்திறந்து - வார்த்தையொன்று
சொல்லாயோ வாய்திறந்து
நில்லாயோ நேரில்வந்து - நானழைக்க
நில்லாயோ நேரில்வந்து
ஊஞ்சல் மனம் அன்றாடம் உன்னோடு
மன்றாடும் வேளை - சொல்லாயோ வாய்திறந்து

போதுமிங்கு கண்ணான கண்ணா – உன்
பொல்லாத லீலை – சொல்லாயோ வாய்திறந்து
(சொல்லாயோ)

ஆகாய சூரியன் மேற்கினில் சாய
ஏகாந்த வேளையில் மோகமுள் பாய
தூண்டிலில் புழுவாக திருமேனி வாட
தாமதம் இனியேனோ இருமேனி கூட
அந்திவரும் தென்றல் சுடும்
ஓர் விரகம் விரகம் எழும்
என்று வரும் இன்பசுகம்
ஊன் உருகும் உருகும் தினம்
நாள் முழுதும் ஒவ்வோர் பொழுதும்
உன் வண்ணங்கள் எண்ணங்கள்
நெஞ்சுக்குள் நிறைந்திடும்   (சொல்லாயோ)

நாள்தோறும் பார்வையில் நான்விடும்தூது
கூறாதோ நான்படும் பாடுகள் நூறு
நானொரு ஆண்டாளோ திருப்பாவை பாட
ஏழையை விடலாமோ இதுபோல வாட
வெள்ளிநிற வெண்ணிலவில்
வேய்ங்குழலின் இசையும் வரும்
நள்ளிரவில் மெல்லிசையில்
தேனலைகள் நினவில் எழும்
ஓர் இதயம் உன்னால் இளகும்
இந்நேரத்தில் கண்ணா உன்
மௌனத்தைத் தவிர்த்து (சொல்லாயோ)

காட்சி - 41

யமுனா வீடு. பகல்.

யமுனா அமர்ந்து எதையோ படித்துக் கொண்டிருக்கிறாள். அப்போது பாபு அங்கே வருகிறான்.

யமுனா

நகை வியாபாரி வந்திருக்கார் அம்மா!

பார்வதி வருகிறாள்.

பாபு

அந்த நகையை என் சிநேகிதன் வீட்லயே வாங்கிட்டாங்க. இந்தாங்க பணம்.

பார்வதி

இரு பாபு. நான் கடைவரிக்கும் போயிட்டு வந்துடறேன்.

அவள் செல்கிறாள்.

காட்சி - 41B

தோட்டப்பகுதி. பகல்.

பாபுவும் யமுனாவும் நடந்தபடியே உரையாடு கிறார்கள்.

பாபு

யமுனா, நான் அன்னைக்குக் கேட்டதுக்கு நீ இன்னும் பதிலே சொல்லலியே!

யமுனா

என்ன சொல்றதுக்கு இருக்கு?

பாபு

உன்னைவிட பத்துவயசு சின்னவனா இருக்கேனேன்னு பாக்கறியா?

யமுனா

அதெல்லாம் கூட நினைச்சுபாத்துட்டியா நீ.

பாபு

எல்லாம் யோசிச்சு பாத்துட்டுதான் சொல்றேன். உன் முடிவு என்ன?

யமுனா

பாபு, சங்கீதத்துல இதுவரைக்கும் யாருமே போக முடியாத உயரத்துக்கு நீ போகனும்னு நான் ஆசைப்படறேன். நீ சொல்றதுக்கு நான் சம்மதிச்சா ஜாதி வயசுன்னு இந்த உலகம் சிரிக்கும். உன் பந்துக்களும் என் பந்துக்களும் சிரிப்பாங்க. உன் சிநேகிதர்கள் எல்லாரும் சிரிப்பாங்க. இந்தச் சிரிப்புக்கெல்லாம் பதில் சொல்றதிலேயே உன் ஆயுசு முழுசும் செலவாயிடும்.

பாபு

நான் யாரைப் பத்தியும் கவலைப்படலை. எனக்கு மனசுல தைரியம் இருக்கு.

யமுனா

மூழ்கிண்டிருக்கிற கப்பல்மாதிரி நான் இருக்கேன். இதுல ஒண்டிக்கிறதுக்கு யாராவது இடம் கேப்பாங்களா, பாபு? வேண்டாம் பாபு, வேண்டாம்.

காட்சி - 42

பாபுவின் அறை. இரவு.

பாபு படுத்திருக்கிறான். ஜன்னலுக்கு வெளியே தங்கம்மாள் நின்று கொண்டிருக்கிறாள்.

தங்கம்மா

கதவைத் திறக்க மாட்டியா?

பாபு

மாட்டேன்.

தங்கம்மா

நீ என்னை தப்பா நெனச்சிட்டே.

பாபு

இல்ல.

தங்கம்மா

இந்த உலகத்துல உன் ஒருத்தனை மட்டும்தான் நான் ஸ்வாமியா, நெனச்சி பூஜை பண்றேன். அது உனக்கு தெரியுமா?

பாபு

தெரியாது.

தங்கம்மா

மானம் வெக்கம் எல்லாத்தையும் விட்டுட்டேன்.

பாபு

உன்னை யாரும் விட சொல்லலையே!

தங்கம்மா

நீ எப்ப கூப்பிட்டாலும் எங்க கூப்பிட்டாலும் உன் பின்னால ஓடி வர்றதுக்கு நான் தயாரா இருக்கேன்.

இதவிட ஒரு பொம்மனாட்டி மனந்திறந்து சொல்லமுடியுமா?

பாபு

உன்னை யாரு சொல்ல சொன்னா?

தங்கம்மா

நீதான். எனக்கு தைரியம் இருக்கு சொல்றேன். இதுல பாதி தைரியம் உனக்கிருந்தாகூட போதுமே!

பாபு

என்னால உன்னை ஏத்துக்க முடியாது. தயவு செஞ்சி போயிடு.

தங்கம்மா

நீ இப்படி சொல்வேன்னு நான் எதிர்பார்க்கவே இல்லை.

தங்கம்மா அழத் தொடங்குகிறாள்.

பாபு

தங்கம்மா, நீ நல்லவ. சூதுவாது தெரியாதவ, என் மனசுல வேற ஒரு பெண் இருக்கறதை எனக்கு கண்டுபிடிச்சி குடுத்தவளே நீதான். இதுக்காக உனக்கு நான் நன்றி சொல்லனும். உன்னோட நல்லதுக்குத்தான் சொல்றேன். என்ன மறந்துடு.

தங்கம்மா அழுதுகொண்டே செல்கிறாள்.

காட்சி - 43

மகாமகக் குளம். பகல்.

அந்த வழியாக பாபு நடந்து கொண்டிருக்கிறான்.

அப்போது ஊர் மக்கள் குளத்தை நோக்கி வேகமாக ஓடிக்கொண்டிருக்கிறார்கள். பாபுவும் அங்கே செல்கிறான். தற்கொலை செய்து கொண்ட தங்கம்மாவின் சடலத்தைக் குளத்திலிருந்து எடுத்து வருகிறார்கள், ஊர்மக்கள்.

ஒருவன்

பாக்கறதுக்கு சொர்ண விக்ரகம் மாதிரி இருக்கா. ம்.. யாரு என்ன பாடு படுத்தினாங்களோ, போயி சேந்துட்டா.

பாபு துக்கம் தாளாமல் அழுகிறான்.

காட்சி - 44

ரங்கண்ணா வீடு. விடியற்காலை.

ரங்கண்ணா தரையில் அமர்ந்து தியானம் செய்து கொண்டு இருக்கிறார். அப்போது பாபு குளித்துவிட்டு நேராக உள்ளே வருகிறான்.

ரங்கண்ணா

பாபுவா, என்ன இது ஆச்சர்யமா இருக்கே! ஏண்டா, எட்டு மணிக்குத் தூக்கம் கலையாம வந்து நிக்கறதுதானே உன் வழக்கம்.

பாபு

இனிமே, அப்படி எல்லாம் ஆகாதண்ணா.

ரங்கண்ணா

என்னடா என்ன ஆச்சு உனக்கு?

பாபு

ஒன்னுமில்லண்ணா. நீங்க அடிக்கடி சொல்வேளே. குரல்ல மாயம் எல்லாம் செஞ்சு காமிக்கணும்னு. நான் அதெல்லாம் என் குரல்ல கொண்டுவரனும் இந்த உடம்பே சங்கீதமா மாறிடனும். எனக்கு இனிமே எல்லாமே சங்கீதம்தான். நீங்க மட்டும்தான்.

பாபு, ரங்கண்ணாவின் காலில் விழுகிறான். ரங்கண்ணா அவனை இறுக அணைத்து ஆறுதல் சொல்கிறார். ரங்கண்ணாவின் சங்கீத உலகம் பாபுவை ஆட்கொள்கிறது.

காட்சி - 45

ரங்கண்ணாவின் வீடு. பகல்.

ரங்கண்ணாவிடம் சங்கீத பாடம் கேட்டுக் கொண்டிருக்கிறான் பாபு. பாடம் முடிந்தவுடன் ரங்கண்ணா பேசுகிறார்.

ரங்கண்ணா

பாபு, சங்கீதங்கறது கீர்த்தனையோ ராகமும் மட்டுமில்ல. அதை கேக்கறதுக்கு எங்கேயும் போக வேண்டிய அவசியமும் இல்ல. காத்துல எப்பவும் ஒரு ஆதார சுருதி உலகத்துல இருந்துண்டே இருக்கு. கேக்கற சப்தமெல்லாம் அந்த சுருதிக்கு ஸ்தாயியாகவும் ஸ்வரமாகவும் இருக்கு. கொஞ்ச நாழி கண்ணை மூடிப்பாரு.

ரங்கண்ணா கண்களை மூடிக்கொள்கிறார். பாபுவும் கண்களை மூடுகிறான்.

கதவு ஒன்று கிரீச் சென்ற சப்தத்தோடு திறக்கிற சப்தம் கேட்கிறது.

அடுத்து ரங்கண்ணாவின் மனைவி காய்கறி அரிந்து

கொண்டிருக்கிற சப்தம் கேட்கிறது.

தரையில் விழுந்த குடத்திலிருந்து தண்ணீர் கொட்டுகிற சப்தம் கேட்கிறது.

பசு ஒன்று "அம்மா" என்று கத்துகிற குரல் ஒலிக்கிறது.

இந்த சப்தங்கள் அனைத்தையும் பாபு கண்களை மூடிக் கேட்டவண்ணம் இருக்கிறான். ரங்கண்ணாவும் கண்களை மூடி ரசித்துக் கொண்டிருந்தவர், கண்களை லேசாகத் திறந்து பாபுவைப் பார்த்து புன்முறுவல் பூக்கிறார்.

காட்சி - 46

யமுனா வீடு. பகல்.

வீட்டில் கங்காதரம்பிள்ளையும், சாமிராவும் அமர்ந்திருக்கின்றர். வீட்டினுள் நுழைந்த பாபு இருவரையும் பார்த்துவிட்டு உள்ளே செல்கிறான்.

பிள்ளை

யார் இவன்?

சாமிராவ்

இவங்களுக்கு ரொம்ப வேண்டியவன். பேரு பாபு.

பிள்ளை

ஓஹோ

உள்ளே வந்த பாபு, பார்வதியிடம் செல்கிறான்.

பார்வதி

சாமிராவ் புதுசா ஒரு வரனை கொண்டு வந்திருக்கான்.

பாபு

இவரையா?

பார்வதி

கங்காதரன்பிள்ளை. தஞ்சாவூர்ல பெரிய மிராசுதாரர். ஒரு வீடும் ரெண்டு வேலி நிலமும் எழுதி வைக்கிறாராம். ஆனா கலியாணமா பண்ணிக்க மாட்டாரம்.

பாபு

என்ன? யமுனாவுக்கு இது தெரியுமா?

யமுனா உள்ளறையிலிருந்து வெளிப்படுகிறாள்.

யமுனா

எனக்கு சம்மதம்தான் பாபு. கலியாணம் பண்ணிக்காமல் வேசி மாதிரி இருக்கலாம். வாசல்லயே கார் நிக்கும். தெருவோட போறவங்க வர்றவங்க எல்லாரும் ஆசையா வீட்டைத் திரும்பி பார்த்துக்கிட்டே போவாங்க.

பார்வதி

ஆமாண்டி. நீ 32 வயசு வரைக்கும் உக்காந்திண்டிரு. உன்னை அக்னி சாட்சியா மேளதாளத்தோடு வந்து கலியாணம் பண்ணிப்பான்.

யமுனா

ஏம்மா. உனக்கு அப்படி என்ன பெரிசா வயசாயிடுச்சி? நீ கூட அவரைப் பண்ணிக்கலாமே. உன்னைச் சுமங்கலியா பாக்கறதுக்கும் நல்லாதானே இருக்கும்!

முன்னறையில் கங்காதரன்பிள்ளை பொறுமை இழக்கிறார்.

பிள்ளை (ராவிடம்)

டேய், என்னடா இது?

சாமிராவ்

கொஞ்சம் பொறுத்துக்குங்க. வந்துடுவாங்க.

வீட்டினுள் பார்வதி விம்மியபடி பாபுவிடம் சொல்கிறாள்.

பார்வதி

பாபு, அவர் காத்துட்டிருக்கார். நீ என்ன மந்திரம் மாயம் பண்ணுவியோ எனக்கு தெரியாது. அவர்கிட்ட போயி கலியாணமா பண்ணிக்க சொல்லு.

யமுனா

என்ன பாபு பண்ணப்போற? தூது போகப்போறியா?

தயங்கியபடி பாபு முன்னறைக்குச் சென்று கங்காதரம் பிள்ளையிடம் பேசுகிறான்.

பாபு

அவங்க கௌரவமானவங்க இப்ப குறைஞ்சு போயிட்டாங்க. அவங்க என்ன நினைக்கறாங்கன்னா நாலுபேரைக் கூட்டி கலியாணமா....

பிள்ளை கோபமாக இடைமறித்து எழுந்து நின்று பேசுகிறார்.

பிள்ளை (சாமிராவைப் பார்த்து)

போதும். டேய் என்னை அவமானப்படுத்தனும்னே இங்க அழைச்சிட்டு வந்தியாடா? (பாபுவைப் பார்த்து) டேய் நான் யாருன்னு தெரியுமாடா உனக்கு? அவ அம்மாவைச் சுப்ரமணிய அய்யர் வச்சுக்கிட்டிருந்தாரே அப்போ ஊரைக் கூட்டிதான் வச்சுக்கிட்டிருந்தாரா? (ராவைப் பார்த்து) உன்னைத் தொலைச்சிடறேன் படுவா!

கங்காதரன் பிள்ளை கோபமாக வெளியேறுகிறார்.

பாபு, சாமிராவின் சட்டையைப் பிடித்து கோபத்துடன் கத்துகிறான்.

பாபு

ஏய்யா, நீ சரக்கு வியாபாரம் பண்றதை நிறுத்திட்டு ஜமீன்தாருக்கு ஆள்தேடி குடுத்துண்டிருக்கியா?

யமுனா அங்கே வருகிறாள்.

யமுனா

பாபு, சாமிராவ் மேல ஒரு தப்புமில்ல. கங்காதரன் பிள்ளை கலியாணமா பண்ணின்டது மூணுபேர். அதைத்தவிர தஞ்சாவூர்லயே வீதிக்கு ஒருத்தரா மூணுபேரு இருக்காங்க. நானும் போனா தெக்கு வீதிக்கு ஆள் இல்லாத குறை நீங்கி போயிடும். அதுக்குத்தான் சாமிராவ் படாதபாடு படறார். நீ ஏன் அவரைக் கோச்சுக்கற?

சாமிராவ் (பார்வதியிடம்)

நான் வர்றேங்க.

சாமிராவ் வெளியே சென்றுவிடுகிறான்.

பாபு

சாமிராவ்தான் மடையன்னா, நீங்களும் இந்த மாதிரி யோசனைக்கெல்லாம் சம்மதிக்கலாமா?

பார்வதி

நான் என்ன செய்வேன் பாபு? ரொக்கமா வீட்ல காலணா கிடையாது. இப்போ நெல்லும் இல்லன்னு சொல்லிட்டான். நான் சாகறதுக்கு முன்னாடி அவளுக்கு ஏதாவது செய்யனும்னு நான் நினைக்கறேன். இது தப்பா?

காட்சி - 47

பல இடங்கள், பல பொழுதுகள்

யமுனாவின் நிலையை எண்ணி கவலை கொள்ளும் பாபு, அவளை மறக்க முடியாமல் பலநாட்கள் அலைந்து திரிகிறான். அவனுக்கும் யமுனாவுக்கும் இடையிலிருந்த உறவைப் பற்றியும் நிகழ்ந்த சம்பவங்கள் பற்றியும் அவன் திரும்பத் திரும்ப நினைத்துப் பார்த்து மேலும் கவலையுறுகிறான். "சொல்லாயோ" பாடல் பின்னணியில் ஒலித்துக் கொண்டிருக்கிறது.

இறுதியாக, வீட்டின் மொட்டை மாடியில் தம்பூராவை வைத்துக் கொண்டு, சங்கீதத்தில் முழுமையாக ஈடுபட முடியாமலும் யமுனாவை மறக்க முடியாமலும் பாபு தவித்துக் கொண்டிருக்கிறான். அப்போது ராஜம் அங்கே வருகிறான். பாபுவின் நிலைமையைக் கண்டு வருந்துகிறான்.

ராஜம்

பாபு, நீ இன்னுமா யமுனாவை மறக்கலை?

பாபு

சங்கீதத்துல மூழ்கனா யமுனாவை மறந்துட முடியும்னு நெனச்சேன். சங்கீதத்தில் மூழ்கி அதன் ஆழத்துக்குப் போனா அங்கேயும் யமுனா சிரிச்சிண்டிருக்கா. நான் என்ன பண்ண முடியும் ராஜம்? என்னால அவளை மறக்கவே முடியாதா?

காட்சி - 48

ரங்கண்ணா வீடு. பகல்.

ரங்கண்ணா தனிமையில் பாடாமல் கை செய்கைகள் மூலம் சங்கீத ஆலாபனை செய்து கொண்டிருக்கிறார். அங்கே வைத்தியும், பாபுவும் வந்து அவருக்குத் தொந்தரவு இல்லாத விதத்தில் அமர்ந்து கொண்டு அவரை, ரசிக்கின்றனர். ரங்கண்ணா சாதாரண நிலைக்குத் திரும்புகிறார். அவர்களைப் பார்த்து ஆச்சர்யத்துடன் பேசுகிறார்.

ரங்கண்ணா

என்னடா இப்படி பாக்கற? பாட்டு கேக்காமயே ரசிச்சிண்டிருக்கேன்னு பாக்கறியா? கேக்கற சங்கீதத்தை விட கேக்காத சங்கீதம் அற்புதமானதுன்னு சொல்வாளே கேட்டிருக்கேளா?

ரங்கண்ணா சத்தம் போட்டு சிரிக்கிறார்.

வைத்தி

அண்ணா மாதிரி பெரிய சங்கீத மகான்கிட்ட சொல்லிக்கறதுக்கு என் புள்ள ரொம்ப கொடுத்துவச்சிருக்கனும், எங்க குடும்பமே....

ரங்கண்ணா

சரி... சரி, என்ன இந்த பக்கம்?

வைத்தி

அது ஒன்னுமில்லை, இந்தச் சேடப்பட்டி ஜமீன்தார் வீட்டில ஒரு விசேஷம். நம்ம பாபுவைக் கச்சேரி பண்ண கூப்பிடறா, அண்ணாவோட அபிப்பிராயத்தைத் தெரிஞ்சிண்டு செய்யலாம்னு வந்தேன்.

ரங்கண்ணா

கச்சேரி வேண்டாம்னு சொல்லலை, பாபு இப்போ பாடினாலே ஒரு பய இவனுக்கு ஈடா நிக்க மாட்டான். ஆனா ஜமீன்தார் வீட்ல போயி பாடனுமா? ஆத்மாந்தத்துக்காக ஏற்பட்ட வித்தை இது, விசேஷத்துக்குச் சீட்டாட வர்றவாளுக்கும் வெட்டிக் கதை பேசறவாளுக்கும் காமிச்சி பிச்சை வாங்குற வித்தை இல்ல இது.

வைத்தி வெட்கி தலைகுனிகிறார்.

காட்சி - 49

பாபுவின் கிராமத்து வீடு. பகல்.

பாபுவின் அம்மா ஏதோ வேலையாய் இருக்கிறாள். வைத்தி குளித்துக் கொண்டிருக்கிறார்.

அம்மா

கலியாண பேச்சு எடுத்தப்ப எல்லாம் பரீட்சை பரீட்சைன்னு சொல்லிண்டிருந்தே, இப்பதான் முடிஞ்சு போயிடுத்தே.

வைத்தி

ரங்கு வந்து தொந்திரவு பண்றான்டா பாபு. இங்க சம்மந்தம் பண்ணிக்கனும்னு பத்து வருஷமா

சொல்லிண்டிருக்கான்.

பாபு

நான் 5வது படிக்கறதிலிருந்தா?

வைத்தி சிரிக்கிறார்.

அம்மா

ரங்கன் பொண்ணு ஜாதகம் நன்னா இருக்கு. பொண்ணு அடக்கமானவ. அம்மா கெட்டிக்காரி நன்னா தயார் பண்ணியிருக்கா, பொண்ணு வடிகட்ன சமத்து.

பாபு

சமத்து எல்லாம் வடிகட்னதாகவே இருக்கட்டும் எனக்கு இப்போ கலியாணம் வேண்டாம்.

அம்மா

பாபு, உங்கப்பாவுக்குக் கலியாணம் ஆனப்போ அவருக்கு வயசென்ன தெரியுா?

வைத்தி

பதினாலு

பாபு

அம்மா நான் கலியாணமே பண்ணிக்க போறதில்லை.

வைத்தி

என்னது?

பாபு

நான் உறுதியா தான் சொல்றேன். எனக்கு கலியாணம் வேண்டாம்.

அம்மா

போதும் அச்சுபிச்சின்னு பேச வேணாம். கலியாணம் பண்ணிக்காம சன்னியாசியா அலைய போறியா?

பாபு

கலியாணம் பண்ணிக்காட்டா சன்னியாசியா தான் அலையனுமா? அலையாமலேலேயே இருக்கறது.

காட்சி - 50

கோயில், பகல்.

பார்வதியும், யமுனாவும் பூஜை முடித்துவிட்டு வெளியே வருகிறார்கள். அப்போது அவர்களை நோக்கி ராஜம் வருகிறான். பார்வதியை முதலில் சந்திக்கிறான். யமுனா பின்னால் வந்து கொண்டிருக்கிறாள்.

பார்வதி

வா, தம்பி.

ராஜம்

விசேஷம்தான். எனக்கு கல்யாணம்.

பார்வதி

சித்திரை 7 ஆம் தேதியா, ரொம்ப சந்தோஷம்.

ராஜம்

மெட்ராஸில் உத்யோகம் கிடைச்சிருக்கறதனால கலியாணத்தை அவசரமா வைக்க வேண்டி வந்துடுத்து

பார்வதி

நல்லது தம்பி பாபுவைப் பாத்தியா? முன்னபோல இப்போ எல்லாம் வீட்டுக்கே வர்றதில்ல. அவனுக்கும் கல்யாணம் நடந்துட்டா சந்தோஷமா இருக்கும்.

ராஜம்

பாபுவுக்குக் கல்யணாம் நடக்கனும்னா உங்க வீட்டுப் பொண்ணு கலியாணப் பொண்ணு ஆகறதுக்குச் சம்மதிக்கனும்.

பார்வதி ஆச்சர்யத்தில் அதிர்கிறாள்.

அப்போது அங்கே யமுனா வந்து சேர்கிறாள்.

யமுனா (ராஜமிடம்)

ஏன் ராஜம்! வீட்டுக்கு வந்தா நகை விக்க சொல்றோம்னு பாபு வரலியா? இப்போ விக்கறதுக்கு வீடும் கிடையாது, வீட்லயும் ஒன்னும் கிடையாதுன்னு பாபு கிட்ட சொல்லிடுங்க.

காட்சி - 51

ரங்கண்ணா வீடு. பகல்.

ரங்கண்ணா படுத்த படுக்கையாய் இருக்கிறார். அவரது மனைவி கஷாயம் எடுத்து வருகிறாள். அதை பாபு வாங்கிக் கொண்டு ரங்கண்ணாவிடம் எடுத்துச் செல்கிறான்.

ரங்கண்ணா

ஏன்டா பாபு? நீயும் கிழவியும் இப்படி படாதபாடு படறீங்க!

பாபு

அப்படி எல்லாம் சொல்லாதீங்கண்ணா.

ரங்கண்ணா

எனக்கு ஒன்னும் வருத்தம் இல்லடா. எங்கிட்ட இருக்கற சங்கீத அறிவை எல்லாத்தையும் உன் தோளுக்கு மாத்திட்டு நிம்மதியாதாண்டா போறேன். என்னோட ஆசை இருக்கற கொஞ்ச நாள்ல நீ பாடற சுவாமி கீர்த்தனையை நான் கேட்டுண்டே இருக்கணும். செய்வியா பாபு.

பாபு, ராக ஆலாபனை செய்கிறான்.

காட்சி - 52

கோயில், இரவு.

ராஜத்தின் திருமணம் நடந்து கொண்டிருக்கிறது. பார்வதி, யமுனா, பாபு மூவரும் கலந்து கொள்கின்றார்.

திருமணம் முடிந்து ஊர்வலம் செல்கிறது. பாபுவைப் பார்வதி சந்தித்து பேசுகிறாள்.

பார்வதி

கும்பகோணத்துல தான் இருக்கியா, பாபு?

பாபு

ரங்கண்ணா படுத்த படுக்கையா இருக்கார் அவருக்கு

ஒத்தாசையா இங்கதான் இருக்கேன்.

பார்வித

ராஜம் பத்திரிகை வைக்க வந்தப்போ உன் விஷயத்தைச் சொன்னான்.

பாபு

என் விஷயமா?

பார்வதி

முதல்ல கேக்கறபோது நமக்கும் மோட்சம் வந்துட்டது பாத்தியான்னு மனசு நிறைஞ்சு போச்சு. ஆனா ஒன்னு மட்டும் சொன்றேன். அப்படி ஏதாவது நடந்தா காமாட்சியம்மா ஆணையா நான் குறுக்கே நிக்கமாட்டேன். எல்லாரும் சந்தோஷமா இருக்கத்தானே இந்த உலகத்துல பிறந்திருக்கோம்.

பார்வதி சென்று விடுகிறாள். யமுனா வருகிறாள்.

யமுனா

என்ன பாபு? சிநேகிதன் கலியாணம் செஞ்சிக்கிட்டு ஊரைவிட்டு போறானேன்னு ஏக்கமா?

பாபு

எதை நினச்சி ஏங்கறது?

யமுனா

கலியாணத்துக்கு உங்க வீட்ல தலைகீழா நின்னாங்களாம் நீ மாட்டேன்னுட்டியாமே!

பாபு

உனக்கு யார் சொன்னா?

யமுனா

யார் சொன்னா என்ன? காலாகாலத்துல கலியாணம் நடக்கனும்னு தானே அப்பா அம்மா ஆசைப்படுவா?

பாபு

எல்லாருக்கும் காலாகாலத்துல எல்லாம் நடக்கறதில்லையே!

காட்சி - 53

ரங்கண்ணா வீடு. பகல்.

ரங்கண்ணாவுக்கு உடல்நிலை மிகவும் மோசமடைகிறது. அவருக்கு அருகில் மனைவியும், பாபுவும் அமர்ந்திருக்கிறார்கள். டாக்டர் பரிசோதித்துவிட்டு நடக்கிறார். பாபு அவரிடம் விசாரிக்கிறான்.

பாபு

டாக்டர், அண்ணாவுக்கு....

டாக்டர்

தஞ்சாவூருக்குக் கொண்டு போய் பெரிய ஆஸ்பத்திரியில அட்மிட் பண்ணாதான் இவரைக் காப்பாத்த முடியும். வைத்திய சிலவுக்கு மூவாயிரம் ரூபா ஆகும். உங்களால முடியுமா?

ரங்கண்ணாவின் மனைவி, ரங்கண்ணாவின் கைகளைப் பிடித்துக் கொண்டு அழுகிறாள்.

காட்சி - 54

ரங்கண்ணா வீடு. பகல்.

பாபு ரங்கண்ணா கேட்குமாறு பாடிக் கொண்டிருக்கிறான். ரங்கண்ணா கண்களை மூடியபடி படுத்துக்கொண்டிருக்கிறார். வெளியிலிருந்து வருகிற ரங்கண்ணாவின் மனைவி, பாபுவைத் தனியே அழைக்கிறாள். பாபு அவளிடம் செல்கிறான்.

மனைவி

பாபு

பாபு

மாமி!

மனைவி

கோயில்ல ஜமீன்தாரைப் பாத்தேன்.

பாபு

கங்காதரன் பிள்ளையையா?

மனைவி

ஆமா. நேக்கு தாங்கலை. அண்ணா நெலமைய சொல்லி அழுதுட்டேன். அவருக்கு மனசு கலங்கிடுத்து. உதவி பண்றேன்னார். உன்னை அனுப்பி வைக்க சொன்னார்.

பாபு

என்னையா? எனக்கும் அவருக்கும்தான்.

மாமி

அண்ணா பொழைக்கறது உன் கையில்தான் இருக்கு.

பாபு

மாமி, அழாதீங்கோ, நான் இன்னிக்கே போயி அவரைப் பாக்கறேன்.

காட்சி - 55

ஜமீன்தார் பங்கா. இரவு.

அங்கே பார்ட்டி நடந்து கொண்டிருக்கிறது. கங்காதரம்பிள்ளையும், பிற ஜமீன்தார்களும் வந்திருக்கிறார்கள். அவர்களை சந்தோஷமாக வைத்திருக்க பெண்களும் வந்திருக்கிறார்கள். குடியும் கும்மாளமுமாக அங்கே பார்ட்டி நடந்து கொண்டிருக்கிறது.

பாபு அங்கே வருகிறான். கங்காதரன் பிள்ளைக்கு வணக்கம் செல்லுகிறான்.

பிள்ளை

மாமியைக் கோயில்ல பாத்தேன். பாவமா இருந்துச்சி. அப்பவே பணம் குடுத்து அனுப்பிச்சியிருப்பேன். ஆனா நா அப்படி செய்யலை. உங்களுக்குச் சங்கீதத்துல ஞானம் கீனம் எல்லாம் இருக்கலாம். ஆனா அந்த சங்கீதம் வளரனும்னா எங்கள மாதிரி ஜமீன்தார்களுடைய தயவு தேவை. அதை புரிய வைக்கறதுக்காகத்தான் உன்னை இங்க வரச் சொன்னேன். ஆமா, இவர் வீட்டு விசேஷத்துல நீ பாடமாட்டேன்னு சொல்லிட்டியாமே! ஆனா இன்னிக்கி இங்கே எந்த விசேஷமும் இல்ல. உன் குருநாதருக்கு உடம்பு

சரியில்லை. வைத்ய செலவுகளுக்குப் பணம் தேவை. அதுக்காக இப்போ உன்னைப் பாட சொன்னேன்னு வச்சுக்கோ நீ பாடாமலயா போயிடுவே!

எல்லோரும் சிரிக்கிறார்கள்.

பாபு வேறு வழியின்றி பாடத் துவங்குகிறான்.

ரங்கண்ணாவையும் அவர் தந்த சங்கீத அறிவையும் நினைத்தபடி பாபு பாடுகிறான்.

பாடல்

நெஞ்சே
குருநாதரின் சேவடி நினைந்து
நன்றே இசைபாடிடு சூழ்நிலை மறந்து
அருள்பெற பாடிடு திருவாய் மலர்ந்து
பொருள்பெறப் பாடிடு உனை நீ உணர்ந்து (நெஞ்சே)

குருவின் திருவடியில் கற்றறிந்த ஞானம்
தெருவில் கடைப்பொருளாய் விற்பதொரு ஈனம்
பாவலர் மூவரும் உணர்வினைத் தூண்டி
பாடிய கீர்த்தனம் இறையருள் வேண்டி
கைப்பொருள் தந்து
கண்டதும் வாங்கிட
மெய்ப்பொருள் என்பது
சந்தையில் உள்ளதோ?
நான்தர நீபெற வேண்டும் கொஞ்சம் ஞானம் (நெஞ்சே)

ஸ்ருதியில் கலந்து நிற்கும் சித்தமிந்த வேளை
ஸ்வரங்கள் பதித்து வைத்த முத்துமணி மாலை
மானிடர் சூடிட தகுதிகள் வேண்டும்
நானிதைக் கூறிட நகைத்திட தோன்றும்
உன்னிடம் வந்ததும்
இவ்விதம் நின்றதும்
என்வினை அல்லவோ

இன்னும்நான் சொல்லவோ?
நேர்வது யாவுமே காலம் செய்த கோலம் (நெஞ்சே)

பாடல் முடிகிறது. ஜமீன்தார் தட்டில் இடுகிற பணத்தைப் பாபு எடுத்துக் கொள்கிறான்.

காட்சி - 56

ரங்கண்ணா வீடு. இரவு

வைத்திய ஏற்பாடுகளைச் செய்துவிட்டு வருகிறான். ரங்கண்ணாவின் மனைவி அவரை எழுப்புகிறாள்.

மனைவி

அண்ணா, அண்ணா பாபு வந்திருக்கான்.

ரங்கண்ணா

எங்கே போயிட்ட?

பாபு

அண்ணா, உங்களைத் தஞ்சாவூர் ஆஸ்பத்திரியில சேக்கறதுக்கு எல்லா ஏற்பாடுகளையும் செஞ்சிட்டேன். அழைச்சிண்டு போறதுக்கு ஆளுகளையும் கூட்டிட்டு வந்திருக்கேன்.

ரங்கண்ணா

எனக்கு நினைவு தப்பிண்டே இருக்கு. வைத்யம் ஒன்னும் வேண்டாம். தம்பூரா எடுத்து பாடு. நினைவு தப்பிடுச்சின்னு நிறுத்திடாத. நினைவு தப்பிட்டாலும் உள்ளே கேட்டுண்டே இருக்கும். பாடு....

பாபு தம்பூராவை எடுத்து பாடுகிறான்.

ஓரிரு வரிகள்பாடி முடிப்பதற்குள் ரங்கண்ணா இறந்துவிடுகிறார்.

மனைவி (அழுதுகொண்டே)

அண்ணா நம்மளைவிட்டு போயிட்டார்.

பாபு சப்தமிட்டு அழுகிறான்.

காட்சி - 57

பாபுவின் கிராம வீடு. பகல்.

பாபு தூணில் சாய்ந்தவாறு வேதனையோடு அமர்ந்திருக்கிறான். வைத்தி, சாமிக்கண்ணு பிள்ளையை அழைத்து வருகிறார்.

வைத்தி (பிள்ளையிடம்)

வாங்கோ!

பாபு அருகே வருகிறார், வைத்தி.

வைத்தி

பாபு, சாமிக்கண்ணு பிள்ளை வந்திருக்கிறார். கோயில்ல கச்சேரி ஏற்பாடு செஞ்கிருக்காராம்.

பிள்ளை

தம்பி, ரங்கண்ணா போனதிலிருந்து நீங்க படற வேதனை எனக்கு புரியுது. எவ்வளவு நாளைக்குத்தான் இப்படியே இருந்துட முடியும்? நீங்க பாடற சங்கீதத்தைக் கேட்டு சங்கீத உலகமே அசந்து போய்கிடக்கு. ரங்கண்ணாவுக்கு மேல நீங்க ஞானப்பழமா இருக்கீங்க.

பாபு

அப்படி சொல்லாதிங்க. அண்ணா ஒரு சமுத்திரம். மீதி எல்லாரும் அதுல மிதக்கற துரும்பு.

பிள்ளை

வாஸ்தவம்தான் நீங்க துரும்பா நெனைச்சுக்கறதாலதான் வித்தையெல்லாம் உங்களுக்குப் பொங்கிப் பொங்கி வருது.

வைத்தி

பாபு, நீ கச்சேரி செஞ்சி பாக்கனும்னுதான் எனக்கு ஆசை.

பாபு

அண்ணா போனதிலிருந்து தம்பூராவைத் தொடக்கூட என்னால முடியலை. நின்னுட்டிருந்த பூமியே நழுவுன மாதிரி எனக்கு வேதனை தாங்க முடியல. ரங்கண்ணா இல்லாம எனக்கு சங்கீதம் வரும்னு தோணலை.

பாபு வீட்டை விட்டுசிந்தனை வயப்பட்டவனாக எங்கோ வெளியேறிச் செல்கிறான்.

காட்சி - 58

யமுனாவின் வாடகை வீடு. பகல்

வைத்தி, பார்வதியின் வாடகை வீட்டைத் தேடிவருகிறார். ஒருவர் வழி காட்டுகிறார்.

வைத்தி

கச்சேரி தெருவிலிருந்து ஜாகை மாத்திண்டு வந்திருக்காங்க. பார்வதிபாய்னு பேரு.

ஆள்

பார்வதி பாயா? இங்கயிருந்து 3வது வீட்ல இருக்காங்க.

வைத்தி

நல்லது.

பார்வதி பாயின் வீடு. பார்வதி படுத்த படுக்கையாய் இருக்கிறாள். யமுனா அப்பளம் தயாரிப்பில் மூழ்கி இருக்கிறாள்.

வைத்தி

பார்வதிபாய் இருக்காங்களா?

யமுனா

வாங்க.

உள்ளே வந்து யமுனா அப்பளம் செய்து கொண்டிருப்பதைப் பார்த்து வைத்தி கண்கலங்குகிறார். பின்னர் பார்வதிபாய் அருகே அமர்கிறார்.

வைத்தி (பார்வதியிடம்)

பாபுவைப் பத்தி விவரம் ஏதாவது தெரியுமா?

பார்வதி

பாபுவுக்கு என்ன ஆச்சி?

வைத்தி

கச்சேரி ஒன்னு பாபுவுக்காக ஏற்பாடு செஞ்சிருந்தோம். கச்சேரி அன்னைக்குக் காணாம போயிட்டான். எல்லா இடத்துலயும் தேடிட்டோம்.

பார்வதி

இங்கயும் வரலியே, எங்க போயிருப்பான்?

வைத்தி

தெரியலையே... வரேம்மா...

இருவரிடமிருந்தும் வைத்தி விடைபெறுகிறார்.

யமுனா (தனக்குள்)

நான் மட்டும் பிறக்கலைன்னா எவ்வளவோ பேர் சந்தோஷமா இருந்திருப்பா.

காட்சி - 59

மெட்ராஸ். பாபுவின் போர்ஷன் வீடு. பகல்.

ஒரு போர்ஷன் வீட்டிற்குள் பாபு சிந்தித்தவாறு நடந்து கொண்டிருக்கிறான். ரங்கண்ணாவின் நினைவு அவனுக்கு வருகிறது.

ரங்கண்ணா

பாபு. நான் உனக்கு சாதாரண வித்தையைக் கத்துதரலை. ஞானத்தைத் தந்திருக்கேன். அதை நீ சும்மா வச்சிருக்க கூடாது. மேலும் மேலும் அபிவிருத்தி பண்ணி அடுத்த தலைமுறைக்குக் கொண்டுபோய் சேர்க்கணும்

ஏதோ ஒரு உத்வேகத்தோடு, பாபு தம்புராவை எடுத்து சங்கீதத்தில் ஆழ முயற்சிக்கிறான். தம்பூராவை மீட்டுகிறான். அப்போது அந்த வீட்டின் உரிமையாளர் மேலே வந்து பார்க்கிறார்.

தம்பூராவை மீட்டியவுடன் பாபுவின் நினைவில் யமுனாவின் உருவம் வருகிறது. யமுனா சிரிக்கிறாள். மேற்கொண்டு தொடரமுடியாமல் தம்பூராவைக் கீழே வைத்து விடுகிறான், பாபு.

வீட்டு உரிமையாளர் உள்ளே வந்து பாபுவிடம் விசாரிக்கிறார்.

வீட்டு உரிமையாளர்

தம்பி, நீங்க இங்க வந்ததிலிருந்து நானும் பாத்துக்கிட்டே தான் இருக்கேன். ஒவ்வொரு தடவையும் வெறி புடிச்சமாதிரி தம்பூராவை எடுக்கறீங்க. பிறகு வேண்டாம்னு வச்சிடறீங்க. என்ன விஷயம்னு சொல்லவும் மாட்டேங்கறீங்க..

பாபு

நான் என்ன சொல்றது? மறக்கனும்னு நினைக்கறதை என்னால மறக்க முடியலை. மறக்ககூடாதுன்னு நினக்கறதை நான் மறந்துகிட்டிருக்கேன்.

காட்சி - 60

மெரினா கடற்கரை.

வெறுப்புடனும், விரக்தியுடனும் மெரினா கடற்கரையில் பாபு நடந்துகொண்டிருக்கிறான். அப்படியே மூன்று வருடங்கள் உருண்டோடி விடுகின்றன.

காட்சி - 61

மெரினா கடற்கரை ரோடு. பகல்.

ஒரு கார் வந்து கொண்டிருக்கிறது. காரைக் கவனிக்காமல் குறுக்கே வருகிறான் பாபு. கார் ஓட்டுபவர் ஹார்ன் அடிக்கிறார். வண்டி பாபுவை இடித்துவிட அவன் கீழே விழுகிறான். கார் பிரேக் போடப்படுகிறது.

வீட்டு உரிமையாளர் பாபுவைக் காப்பாற்ற அங்கே வந்து சேருகிறார். கார் ஓட்டுபவர் காரை விட்டு ஓடி வருகிறார். அவர் பாபுவின் சிநேகிதன் ராஜம்.

வீட்டு உரிமையாளர்

நல்லவேளை, பிரேக் போட்டு நிறுத்திட்டீங்க.

ராஜம்

பாபுவா?

வீட்டு உரிமையாளர்

என்னது? இவரை உங்களுக்குத் தெரியுமா?

ராஜம்

தெரியுமாவதா? இவன் என்னோட ரொம்ப காலத்து சிநேகிதன். இவனைத் தேடி தான் இத்தனை வருஷமா அலைஞ்சுகிட்டிருக்கோம்.

வீட்டு உரிமையாளர்

அப்படியா! 3 வர்ஷத்துக்கு முன்னாடி இவரை நான் இந்த பீச்சில்தான் பாத்தேன் பைத்தியக்காரன் மாதிரி அலைஞ்சுகிட்டிருந்தார். அன்னையிலேர்ந்து என் வீட்ல என்கூடவேதான் இருந்துகிட்டிருக்கார். தூக்குங்க.

காட்சி - 62

மெட்ராஸ் போர்ஷன் வீடு. பகல்.

பாபு படுக்கையில் இருக்கிறான். அவன் முகத்தில் தண்ணீர் தெளிக்கிறான் ராஜம். அருகில் உரிமையாளர் இருக்கிறார். பாபு, கண் திறந்து பார்க்கிறான். ராஜத்தைப் பார்த்து வியப்படைகிறான்.

ராஜம்

பாபு, உன்னை இந்த நிலமையில் சந்திப்பேன்னு நான் நினைக்கவே இல்லை. உன் சங்கீதம் எல்லாம் என்ன ஆச்சு?

பாபு

உடைஞ்சு போன வீணையில சங்கீதம் வருமா ராஜம்?

ராஜம்

இன்னுமா நீ யமுனாவை மறக்கலை.

பாபு

என்னால மறக்க முடியலை ராஜம்

ராஜம்

பாபு, மோகமுள் முப்பதுநாள் குத்தும்னு சொல்வாங்க. ஆனா உனக்கு வாழ்க்கைப்பூரா குத்திண்டிருக்கே.

காட்சி - 63

கும்பகோணம் யமுனாவின் வாடகை வீடு. பகல்.

ராஜம் கதவைத் தட்டுகிறான். யமுனா எட்டிப் பார்க்கிறாள். ராஜம் வீட்டினுள் வருகிறான். யமுனா வரவேற்கிறாள்.

யமுனா

வாங்க

ராஜம்

அம்மாவுக்கு?

யமுனா

படுத்த படுக்கையாயிட்டா முன்னமாதிரி நடமாடறதில்லை.

ராஜம்

நான் என் சிநேகிதனைப் பத்தி பேசலாம்னுதான் வந்தேன்.

யமுனா (முகமலர்ந்து)

பாபுவைப் பாத்தேளா? எப்படியிருக்கான்?

ராஜம்

பாத்தேன். எல்லாத்தையும் இழந்துட்டு நிக்கற ஒரு மனுஷனா அவனைப் பாத்தேன்.

யமுனா

சங்கீதம்?

ராஜம்

சங்கீதத்துல அவன் பெரிய ஆளா வரணுங்கறதுக்குத்தான் நீங்க பாபுவை நிராகரிச்சீங்க. ரங்கண்ணாவும் சாகறதுக்கு முன்னாடி தங்கிட்ட இருந்த சங்கீத ஞானம் எல்லாத்தையும் அவன் தோளுக்கு மாத்திட்டுதான் போனாரு. ரங்கண்ணாவோட நாத அனுபவம், பாபுவோட குரல்ல ஏறிவரணும் அதை இந்த உலகமே கேட்டு ரசிக்கனும்னு நானும் ஆசைப்பட்டேன். ஆனா நடந்தது என்ன? ரங்கண்ணா போனதுக்கப்பறம் பாபு தம்பூராவைத் தொடக்கூட இல்ல. சதா உங்களை நினைச்சுண்டு நடைப்பிணமா அலைஞ்சிட்டிருக்கான். ஒரு சங்கீத கலைஞன் உங்க பிடிவாதத்தால நாசம் ஆயிண்டிருக்கான். ஜென்மமே பொட்டலா போயிருண்டிருக்கிற அந்த மனுஷனுக்கு நீங்க நெனச்சா உயிர் கொடுக்க முடியும்.

யமுனா எதையோ தீர்மானத்தவள்போல் காணப்படுகிறாள்.

காட்சி - 64

மெட்ராஸ், போர்ஷன் வீடு. பகல்.

யமுனா வீட்டுக்கு வெளியே நின்று விசாரிக்கிறாள். வீட்டு உரிமையாளரிடம்.

யமுனா

ஏங்க, பாபு இருக்காரா?

உரிமையாளர்

உடம்பு சரியில்லாம படுத்திருக்கார்!

யமுனா மாடிப்படி ஏறி, பாபு தங்கியிருக்கும் அறைக்குச் சென்று கதவைத் திறக்கிறாள். பாபு படுத்திருப்பது தெரிகிறது. அவனது முகத்தைச் சிறிது நேரம் பார்த்தபடி நிற்கிறாள். யமுனாவின் கண்கள் கலங்குகின்றன. போர்வையைச் சரியாக எடுத்து பாபுவின் மேல் போர்த்திவிட்டு அவனருகே அமர்கிறாள். மூலையில் தம்பூரா விழுந்து கிடந்திருப்பதைப் பார்க்கிறாள். அங்கே போய் அதை ஒழுங்காக நிமிர்த்தி வைக்கிறாள். அப்போது வீட்டு உரிமையாளர் அங்கே வருகிறார் ஒரு கிண்ணத்தில் எண்ணெயை எடுத்துக் கொண்டு

யமுனா

என்னது?

உரிமையாளர்

எண்ணெய் - தலையிலயும், கையிலயும் சூடுபறக்க தேய்க்கறதுக்கு.

யமுனா

என்கிட்ட குடுங்கோ

அவர் சென்று விடுகிறார். யமுனா கதவை சாத்தி விடுகிறாள். பாபுவின் அருகே வந்து அவன் கைகளை எடுத்து

எண்ணெயிட்டு நன்றாக சூடு பறக்க தேய்த்து விடுகிறாள்.

பாபுவுக்கு லேசான விழிப்பு வருகிறது, தன் முன் யமுனாவைக் கண்டு முகம் மலர்ந்து "யமுனா" என்று சொல்லுகிறான்.

யமுனா கலங்குகிறாள்.

இரவு. யமுனா விளக்கை எடுத்துவந்து பாபுவின் அருகில் வைக்கிறாள். பாபு படுக்கையில் அமர்ந்திருக்கிறான்.

யமுனா

பழசையெல்லாம் மறந்திருப்பேன்னு நெனச்சேன் இன்னும் அப்படியே இருக்கியே பாபு!

பாபு கண்கலங்குகிறான். யமுனா அவனது கண்ணீரைத் துடைத்து விடுகிறாள்.

யமுனா

நீ எனக்கு செஞ்சது கொஞ்ச நஞ்சமில்லை எதையும் யாரையும் லட்சியம் பண்ணாம எனக்காக நீ காத்துண்டிருக்க... பாபு நான் உனக்கு சொந்தமானவள். என்னை எடுத்துக்கோ பாபு. என்னை எடுத்துக்கோ.

மிகுந்த ஆவேசம் கொண்டவனாக பாபு யமுனாவை இறுக்கமாக அணைத்துக் கொள்கிறான். இருவரும் ஒருவரையொருவர் மெய் மறந்து உறவு கொள்கின்றனர்.

எல்லாம் முடிந்த பின், குழப்பமான மன நிலையில் பாபு, படுத்திருக்கிறான். யமுனா, தனது உடைகளைச் சரிசெய்து கொண்டு இயல்பாக எழுந்து வருகிறாள். பாபுவின் அருகில் வந்து நிற்கிறாள்.

யமுனா பாபுவின் முகத்தருகே குனிந்து பேசுகிறாள்.

யமுனா

இதுக்குத்தானே, பாபு!

என்ன பதில் சொல்வது என்று தெரியாமல் குழம்பியவாறு பாபு எழுந்து அமர்கிறான். யமுனா தொடர்ந்து பேசுகிறாள். அவன் அருகில் வந்து அமர்கிறாள்.

யமுனா

ரங்கண்ணா தன் உயிரையே கொடுத்து கத்துத் தந்த சங்கீதத்தை எல்லாம் மறந்தது இதுக்குத் தானே! சொல்லு பாபு.

குற்ற உணர்வால் பாபு கூசிப்போகிறான்.

யமுனா

யமுனா யமுனான்னு தவிச்சே. அந்த யமுனா உனக்கு கெடச்சிட்டா... இதுல எல்லாம் திருப்தி அடைஞ்சு போகிற சாதாரண மனுஷனா நீ பொறக்கல. சங்கீதத்துல யாருமே போக முடியாத உயரத்துக்குப் போகறதுக்குத் தான் என் பாபு பொறந்திருக்கான்.

என்று கூறிவிட்டு வேகமாக எழுந்து சென்று தம்பூராவை எடுத்து வருகிறாள். தந்தியைச் சரி செய்கிறாள். பாபுவிடம் தருகிறாள்.

பாபு ஆலாபனைச் செய்யத் தொடங்குகிறான். ஆலாபனையில் மனம் லயித்து மகிழ்கிறாள், யமுனா.

●

விமர்சனங்கள் சில.....

இந்தியா டுடே

திரை உலகிற்கு ஒரு புதிய வரவு-
தி.ஜானகிராமனின் பிரபல நாவல்
சிறப்பாக படமாகியிருக்கிறது

வாசந்தி

தமிழ் வெள்ளித்திரையில் ஒரு புதிய நட்சத்திர இயக்குனர் உதயமாகியிருக்கிறார். ஆரவாரமில்லாமல், கலைநயத்துடன் தி.ஜானகிராமனின் எழுத்தைப் போலவே.

தி.ஜா.ராவின் நாவல்களில் மிகச் சிறந்தது என்று பெயர் பெற்றது 'மோகமுள்'. பிராபல்யம் பெற்றுவிட்ட. அதுவும் சுமார் 800 பக்கங்கள் கொண்ட ஒரு நாவலுக்கு திரை வடிவம் கொடுப்பது அத்தனை எளியது இல்லை. யாரும் செய்யத் துணியாததைத் துணிந்து வெற்றி கண்டிருக்கிறார் ஞான ராஜசேகரன், ஐ.ஏ.எஸ்.-தனது முதல் படத்திலேயே. அதுவும் தமிழ் ஆடியன்சுக்குப் பரிச்சயமில்லாத முகங்களைக் கொண்டு. பம்பாய் சின்னத்திரையில் பிரபலமான அர்ச்சனா ஜோக்லேக்கர் கதாநாயகி யமுனா. நாயகன் பாபு., பம்பாயில் நாடக மேடை அனுபவம் கொண்ட, சாதாரண ஹீரோவுக்கு வேண்டிய லட்சணங்கள் இல்லாத இரட்டை நாடி அபிஷேக். சங்கீத குருவாக பிரபல மலையாள நடிகர் நெடுமுடி வேணு. எல்லாரும் கச்சிதமாக 'மோகமுள்' கதாபாத்திரங்களாகப் பொருந்துவது யதேச்சையானதல்ல. தனியான இமேஜ் வளர்த்துக் கொண்டு விட்ட பிரபல தமிழ் நடிகர்கள் மோகமுள்ளின் பாத்திர இயல்பைப் பெற்றிருப்பார்களா என்பது சந்தேகம்.

50-களில் ஜானகிராமன் எழுதியபோது தஞ்சாவூர் பிராமண மிராசுதார்களுக்குச் சின்ன வீடு என்பது அங்கீகரிக்கப்பட்ட விஷயம். மிக வயதான ஆண்கள் இரண்டாந்தாரமாகச் சின்னப் பெண்களைத் திருமணம் செய்து கொள்வதும் சகஜம்.

இவற்றால் விளையக்கூடிய பால் இயல் சிக்கல்களையும், மனக் கிளர்ச்சிகளையும், 'தகாத' உறவுகளையும், ஒரு பெண்ணைப் பத்து வயது இளையவனான ஆண் காதலிப்பதையும் எழுத்தில் வடிப்பது சகஜமில்லை. ஜானகிராமன் அதை நாசூக்காகச் செய்தார். ரசனையுடன் செய்தார். கூடவே அவர் வளர்ந்த நிலப்பிரபுத்துவ பின்புலத்தின் காரணத்தால் தமக்கே விளங்காத குற்ற உணர்வின் பாரத்தைப் பெண் கதாபாத்திரங்களின் முதுகில் ஏற்றினார். அவரது பலமும் பலவீனமும் படத்தின் கதைப் போக்கில் பதிவாகி இருக்கின்றன.

அகிரா குராசேவாவின் ரெட்பியர்ட்டைக் கண்டு பிரமித்து படஉலகுக்கு ஈர்க்கப்பட்டவராம். இயக்குனர் ஞான ராஜசேகரன். தமிழ் சினிமாவைச் சிறுவயதிலிருந்து பார்த்து அதன் மிகைப்படுத்தலை வெறுத்த இந்த வேலூர்க்காரரர். உத்தியோக ரீதியில் கேரளத்தில் (திருச்சூர் மாவட்ட கலெக்டர்) இருப்பதால் கேரள சினிமாவின் தாக்கம் கொண்டவர். அடிப்படையில் நாடக ஆசிரியர். இந்த எல்லாத் தாக்கங்களையும் 'மோகமுள்'ளில் பார்க்க முடிகிறது. 50 வருஷங்களுக்கு முன் இருந்த காலகட்டத்து வீடுகளை, ஒப்பனைகளை மிகத் தத்ரூபமாக கலை நுணுக்கத்துடன் கண்ணை உறுத்தாத லைட்டிங்கில் படமாக்கி இருப்பது ரொம்பவும் நேர்த்தி. ஆர்ட் டைரக்டர் கிருஷ்ணமூர்த்தியின் கைவண்ணமும், எடிட்டர் லெனினின் சிரத்தையும் பாராட்டப்பட வேண்டியவை. பாபுவின் பாத்திரம் அபிஷேக்கின் நடிப்பில் மிகத் தத்ரூபமாக பாசாங்குதனமில்லாமல் வெளிப்படுகிறது. மலையாளப் படங்களில் நெடுமுடி வேணு காட்டும் இயல்பும், சரளமும் இதில் இல்லையென்றாலும் அப்பழுக்கு இல்லை. யமுனாவின் பாத்திரத்தில் அர்ச்சனா ஜோக்லேக்கர் மிகக் கச்சிதம். அவர் புதிராகத் தோன்றினால் அது மூலத்தின் குறை.

முப்பது வயது கடந்துவிட்ட அவள் மனசில் மூப்பும் சன்னியாசமும் ஏற்பட்டு விட்டதாக, பாபுவைக் கடைத்தேற்றவே உடல் உறவு கொள்வதாக, விருப்பு - வெறுப்பு

அற்றவளாகக் காட்டியிருப்பது மூலத்தின் பலவீனம். அவளுக்காகவே உருகிக் கொண்டிருக்கும் பாபுவிடம், "என்னை எடுத்துக்கோ" என்பதும், "இது கிடைச்சுடுத்தோ இல்லையோ, இனிமே சங்கீதத்துக்குப் போ" என்பதும் கதாசிரியர் எதற்கோ பிராயச்சித்தம் தேடுவது போல் இருக்கிறது.

மிகப் பெரிய நாவலைச் சுருக்கி திரைப்படமாக்குவதன் சிரமம் சில இடங்களில் தெரிகிறது. பாபுவுடன் கள்ள உறவு கொண்ட தங்கம்மா தற்கொலை செய்து கொள்ளும் இடம் நம்பும்படியாக இல்லை. கலைநயத்தோடு யதார்த்த பாணியில் நகரும் கதைக்கு இடையில் தங்கம்மா தனது விரகத்தைப் பாட்டு மூலம் வெளிப்படுத்துவதும், குருவின் சிகிச்சைக்குப் பணம் வேண்டி குடிகார ஜமீன்தார் எதிரில் பாபு, பாடும் சீனும் பொருந்தாமல் நிற்கின்றன. சங்கீதம் பிரதானமாக இருக்க வேண்டிய படத்தில் இளையராஜா இருந்தும் பாடல்கள் நெஞ்சில் பதியவில்லை.

ஆனால், இவையெல்லாம் சின்ன உறுத்தல்கள். கலை நுணுக்கத்துடன் வெகு அபூர்வமாக வரும் மென்மையான படம் இது. ஜானகி ராமனுக்குப் பொருத்தமான அஞ்சலி.

கணையாழி

ஒவ்வொரு ஃபிரேமும் சிந்தித்து படமாக்கப்பட்டிருக்கிறது

இந்திரா பார்த்தசாரதி

'மோகமுள்' ஐம்பதின் பிற்பகுதியில் வெளியானபோதே சர்ச்சைக்குள்ளான நாவல். பாலுணர்வு பற்றிய வக்கிரப் பார்வை போன்ற குற்றச்சாட்டுகள். 'அம்மா வந்தாள்' அறுபதுகளில் பிரசுரமானபோதுகூட, ஜானகிராமன் 'தமிழ்ப் பண்பாட்டுவாதிகளால் ஆக்ரோஷமாக விவாதிக்கப்பட்டார். இந்நாவலை வெளியிட்ட 'வாசகர்வட்ட' அதிபருக்கு, ஒரு தமிழ்ப் பண்பாட்டுக் காவலர் மிகக் கடுமையாக ஒரு கடிதம் எழுதினார் என்று சொல்லப்பட்டது.

'மோகமுள்'ளைப் பற்றிய பிரச்சினை, ஓர் இளைஞன், தன்னைவிட பத்து வயது மூத்த ஒரு பெண்ணைக் காதலிக்கலாமா என்பதுதான். ஜானகிராமன் டெல்லிக்கு வந்திருந்தபோது, டில்லித்தமிழ்ப் பிரமுகர் ஒருவர், தில்லித் தமிழ்ச் சங்கக் கூட்டத்தில், 'ஜானகிராமன் தமிழ்க் கலாச்சாரத்தைக் கொச்சைப்படுத்துகிறார்' என்று கூறியது என் நினைவுக்கு வருகிறது.

தமிழ்ப் பண்பாட்டில் மூத்த ஆண், அவனுக்கு எத்தனை வயதாகியிருந்தாலும் சரி, அவன் ஒரு இளம் பெண்ணின் மீது காதல் கொள்ளலாம். இதைத் தொல்காப்பியர் 'பெருந்திணை' என்று குறிப்பிடுகிறார். ஆனால் மூத்த பெண், தன்னைக் காட்டிலும் வயது குறைவான ஆணைக் காதலிப்பது பற்றித் தொல்காப்பியர் குறிப்பிடவில்லை. ஆகவே தமிழ்ப் பண்பாட்டுக்கு விரோதமானது இது என்று தமிழ்ப் பண்பாளர்கள் கோபிப்பதில் ஆச்சர்யமில்லை. ஆனால் 'மோகமுள்'ளில் வருகின்ற பாபு, தொல்காப்பியம் படித்ததாகத் தெரியவில்லை. தொல்காப்பியம் படிக்காமல், காதல் செய்ய முற்பட்டது அவனுடைய குற்றமாகத் தமிழ்ப்

பண்பாட்டுவாதிகள் கருதக்கூடும்.

'மோகமுள்' நாவல் தாக்கப்பட்டதற்கு இன்னொரு காரணம், பாபு, பக்கத்து வீட்டுத் திருமணமான பெண்ணோடு, ஓர் எதேச்சை சம்பவமாக, பாலுறவு கொண்டதுதான். அவ்வாறு உறவு கொண்டதோடு மட்டுமில்லாமல், அவளுக்கு 'நன்றி' கூறுகின்றான்.

பாபுவுக்கு 'இசை'யின் மீது தீவிரக் காதல். இக்காதல் அவனுடைய வாழ்க்கைக் குறிக்கோளாக அவன் கருதுகிறான். அவனுடைய குருவும் அவனுக்கு இதைத்தான் வற்புறுத்துகின்றார். 'காமமே மோட்சத்துக்கு வழி' என்பதும் இந்தியத் தத்துவம். 'அறம், பொருள், இன்பம், வீடு' என்ற வரிசைத்தான் புருஷார்த்த வாய்ப்பாடு. ஆகவே, தன்னுடைய குறிக்கோளாகிய 'இசை'யின் எல்லை நிலம் அடைய காமத்தை ஒரு வழியாக பாபு தேர்ந்தெடுத்ததில் வியப்பேதுமில்லை. யமுனா பாபுவை விரும்புகிறாள். இந்தப் பாசம் உடலிச்சையாக இருக்க வேண்டுமென்ற அவசியமில்லை. ஆனால் பாபு 'இதை'த் தான் நாடுகிறான் என்றறிந்ததும், அவள் அவனுக்கு அந்தச் சுகத்தைத் தரத் தயங்கவில்லை. 'அது' அவளுக்கும் மிகவும் அற்பமாகப் படுகிறது. 'இனி இசை வேள்வியைத் தொடரலாம் அல்லவா?' என்பதுதான் அவள் அவனை 'அது' முடிந்தவுடன் கேட்கும் கேள்வி. 'மோகமுள்' மனோதத்துவச் சிக்கல்கள் நிறைந்த, ஆனால், வாசகர்கள் இதயத்தோடு, சொல்லும் திறத்தினால், நேரடியாகத் தொடர்பு கொள்கின்ற, கலைப் பரிமாணங்கள் அனைத்தும் கூடிய ஓர் அற்புதமாக நாவல். இதைத் திரைப்படமாக்குவதென்பது ஒரு பெரிய சவால், இந்தச் சவாலை மேற்கொண்டு, அதை வெற்றிகரமாகச் செயலாக்கியிருக்கும் ஞான ராஜசேகரனை மிகவும் பாராட்ட வேண்டும்.

ஒவ்வொரு 'ஃப்ரேமும்', சிந்தித்துப் படமாக்கப்பட்டிருக் கிறது. இது இயக்குநரின் தொழிற் திறமைக்கு ஓர் எடுத்துக்காட்டு. நாவலாசிரியரின் கலைப் பிரக்ஞையை உள்வாங்கி அது காட்சி அளவில் வெளிப்படுவதற்காக மிகவும்

நேர்மையாக உழைத்திருக்கிறார் இயக்குநர் ராஜசேகரன். பாபுவுக்கும் யமுனாவுக்குமிடையே உள்ள அந்தச் சிக்கலான உறவு, நாசூக்காக, சர்க்கஸ் கயிற்று நடை பயண வித்தையாக, லாவகமாகக் கையாளப்பட்டிருக்கிறது. இரண்டாம்தர இயக்குனர் கையில் இது விரசமாகப் போயிருக்கக்கூடிய ஆபத்து உண்டு.

ஒவ்வொரு அடியும் ஒரு யுகமாக, இழுத்தடிக்கும் 'தூயக் கலைப்படங்களைப் போலல்லாமல், கலையும், பார்க்கின்றவர்களுக்கு உரிய மரியாதையும் ஒருங்கே அளிக்கும் ஓர் ஆச்சர்யமான கலவை இப்படம். நாவலில் காணப்படாத அந்த 'ஜமீனதார் வீட்டுக் காட்சி'யைத் தவிர்த்திருக்கலாமென்று தோன்றுகிறது. குருவின் வைத்திய செலவுக்காக அந்த ஜமீன்தார் வீட்டுக்குப் போய் பாபு பாடுகின்ற ஓர் எக்ஸிஸ்டென்ஷியலிஸ நிர்ப்பந்தம் நாவலில் இல்லை. தஞ்சாவூர் ஜமீன்தார்கள் பரம இசை ரசிகர்கள் என்று கேள்விப்பட்டிருக்கிறேன். படத்தில் வருவது போல் அவர்கள் வீடு ஒரு கேளிக்கைக் கூடமாக (இது வடநாட்டில் மொகலாய பாதிப்பினால் ஏற்பட்ட விளைவு) இருந்திருக்குமோ என்பது சந்தேகந்தான்.. அப்படி இருந்திருந்தாலும், இப்படத்தின் கலைப்பரிமாணத்தை எண்ணும்போது, இக்காட்சி நெருஞ்சி முள்ளாகக் குத்துகிறது.

அபிஷேக்கும், அர்ச்சனா ஜோகேலக்கரும் மிகவும் இயல்பாக நடித்திருக்கிறார்கள். நாவலைக் காட்சி வடிவாகப் படிப்பது போன்ற ஓருணர்வு. திருமணமான பெண்ணுடன் பாபுவுக்கு ஏற்படும் தொடர்பு மிக நளினமாகப் படமாக்கப்பட்டுள்ளது. ஆனால் பெண்ணின் தற்கொலை அவ்வளவு convincing ஆக வரவில்லை.

காமிரா, லொக்கேஷன் எல்லாமே அற்புதம்.

ஆனால், இசையை அடிப்படைக் கருவாகக் கொண்ட கதையில் இசை இன்னும் சிறப்பாக இருந்திருக்கலாமெனத் தோன்றுகிறது.

●

புதிய பார்வை

இயக்குநரின் முதல் படமானாலும் ஒரு பரிபூரண படம்

ஞானபானு

எந்தவொரு சினிமாவும், அதன் மூலப்படைப்பிற்கு நியாயம் செய்ததில்லை என்ற குற்றச்சாட்டு நெடுங்காலமாக நிலவி வருகிறது. அந்தக் குற்றச்சாட்டு முதன்முறையாக உடைக்கப்பட்டிருக்கிறது. முப்பது ஆண்டுகளுக்கு முன் சுதேசமித்திரனில் வெளிவந்த போதும், புத்தகமாக உருப்பெற்றப் போதும், படித்தவரையெல்லாம் தன்வயப்படுத்தி கதாநாயகியான யமுனாவை நேசித்து, அவளைப் போன்ற பெண்ணைத் தன் துணையாக வரித்துக் கொள்ளும் ஓர் உணர்வை ஏற்படுத்திய காலம் அன்றைக்கும் இருந்தது; இன்றைக்கும் இருக்கிறது.

தி.ஜா.வின் பெண்கள் மிக அழகானவர்கள். மிக உன்னதமானவர்கள். அதனாலேயே பூமியிலிருந்து ஓரடி மேலெழுந்து நிற்பவர்கள். இன்றைக்கு நமது குணங்களுக்கு ஏற்பத்தான் நம் மனசு இழைகிறது. 'மோகமுள்' பாபு அது மாதிரியானவன் கிடையாது. சங்கீதமென்றால் ஜீவன். இசையில் ஆழ்கிறவன் மென்மையானவன் என்பது மரபு. தன்னைவிட பத்து வயது மூத்த யமுனாவிடம் அவன் கொண்ட அன்பு காதலாகித் தகிக்கிறது. மோகம் முள்ளாகித் தைக்கிறது. சங்கீதத்தைக் கூட தள்ளி வைக்கிறது. வயது, சமுதாய அமைப்பு, அவன் சங்கீத மேதையாகக் கல்யாணம் தடையாகுமோ என்று பயந்து அவனை மறுத்த யமுனா கடைசியில் தன்னையே தந்து அவனையும், அவனுள் இருக்கிற சங்கீத மேதையை உயிர்ப்பிக்கிறாள். 'மோகமுள்' ஒரு காதல் கதைதான். கூடவே சங்கீதம் இழையோடுகிறது.

முன்னூறு பக்கங்களுக்கு மேற்பட்ட பக்கங்களில் கூறப்பட்ட ஒரு நெடிய கதையை, மூன்று மணிநேரத்திற்கு

குறைவான திரைப்படத்தின் மூலம் கூற முற்படும்போது, இந்தப் படைப்பின் பரிமாண மாற்றத்தில் உண்டாகும் பிரச்னைகள், சங்கடங்கள், சிரமங்கள் ஆகியவற்றை நுட்பமாகச் சமாளித்திருக்கிறார் இயக்குநர் ஞான ராஜசேகரன்.

தி.ஜா.வின் மூலக்கதையின் அடிநாதம் மறையாத லாகவம் சந்தோஷப்படுத்துகிறது. பக்கம் பக்கமாய் மாய்ந்து மாய்ந்து எழுதி விளக்கப்பட்ட கதாபாத்திரங்கள் எளிய வசனங்களைக் கொண்டு, இயல்பான நடிப்பில் வலம் வருகிறார்கள். தி.ஜா.வின் கற்பனையில் யமுனா இப்படித்தான் இருந்தாளா என்பது யாருக்கும் தெரியாத ரகசியம். மிகப் பெரிய சௌந்தர்ய உபாசகரான தி.ஜா.வுக்கு அர்ச்சனா ஜோக்லேக்கரின் நடிப்பு திருப்தியளித்திருக்க வேண்டுமென்றே தோன்றுகிறது. அழகு அல்ல.

முதலில் பாபுவாக நடிக்கும் அபிஷேக் பற்றி நிறைய சொல்ல வேண்டியிருக்கிறது. அவர் பாபுவாகவே வாழ்ந்திருக்கிறார். திரை நடிப்பின் பல்வேறு பரிமாணங்களை இதோ இதோ எனப் பல சாளரங்களைத் திறந்து காண்பித்து ரசிகர்களின் ரசனையைக் காற்றோட்டமாக்கி வளர்க்கிறார் இயக்குநர் ஞான ராஜசேகரன்.

இசை மேதையாகத் தோன்றும் ரங்கண்ணா பாத்திரத்தில் தமிழில் முதன்முறையாக மலையாள குணசித்திர நடிகர் நெடுமுடி வேணு நடித்துள்ளார். உட்காரும் முறையில் தோரணை, பார்வையில் முதிர்ந்த அனுபவங்களின் அடையாளம் என்று தமிழ்த் திரைக்கு ஒரு வித்தியாசமான நடிகர். ரங்கண்ணா பாத்திரத்திற்கு ஒரு மரியாதை ஏற்படுத்தி முடிந்த மட்டும் நியாயம் செய்திருக்கிறார்.

யமுனாவின் அம்மாவாக சங்கீதா, பாபுவை 'தவறச்' செய்து தன் தாபத்தைத் தீர்த்துக் கொள்ளும் அடுத்த வீட்டு கிழட்டு ஹெட்கிளார்க்கின் இளம் மனைவி தங்கம்மாவாக வாணி, யமுனாவைப் பெண் பார்க்க வரும் போஸ்ட் மாஸ்டர் வெண்ணிற ஆடை மூர்த்தி, ஜமீன்தாராக வரும் சண்முகசுந்தரம்

என்று கதைக்கு முட்டுக் கொடுக்கும் பாத்திரங்களின் நடிப்பில் குறைவேயில்லை என்று கூறலாம்.

"கடைசி தடவை என்பதற்காக நானே வந்து இருக்கேன். நெல்லைக் கொட்டிண்டு சாக்கைக் கொடுத்து அனுப்புங்கோ!" என்று சங்கீதாவிடம் கூறும் மூத்த தாரத்தின் பையனாக வரும் பம்பாய் கண்ணனின் வசனம் பேசும் முறை, முக பாவம், தேர்ந்த நடிப்பு இரண்டே காட்சிகளின் மூலம் இரண்டு வீடுகளுக்கும் இருந்த உறவு இற்றுப் போய் விட்டதை எளிதாக எடுத்துக்காட்ட மிகவும் உதவியிருக்கிறது.

இளையராஜாவின் பின்னணி இசையும், ஜேசுதாசின் மந்திரக் குரலில் 'கமலம் பாதக் கமலம்', 'சொல்லாயோ வாய் திறந்து', 'நெஞ்சே குருநாதரில்', 'சங்கீத ஞானமும் பக்தி வினா' பாடல்கள் உயிரை ஊடுருவுகின்றன.

ஜமீன்தார் வீட்டு 'குடிகுட்டி' கும்மாள கும்பலிடையே பாபு பாடும் இசைக் கச்சேரி, அது ரங்கண்ணாவின் உயிரைக் காப்பாற்ற தேவைப்படும் பணத்திற்காகப் பாடினாலும், இப்படத்தின் தரத்திற்குப் பொருந்தாத காட்சி, ஆனால் அதே நேரத்தில் தங்கம்மாவின் இச்சை துளிகூட கொச்சைப்படுத்தப்படாமல் சித்தரிக்கப்பட்டிருக்கும் பாங்கு இயக்குநர் ஞானசேகரனை உயர்ந்த கலைஞனாகக் காட்டுகிறது.

ஆனாலும் தங்கம்மாவின் தற்கொலைக் காட்சி இன்னும் சற்று விளக்கமாக எடுக்கப்பட்டிருக்கலாம். பாபு சென்னைக்குள் குடிபெயரும் காட்சியும் தெளிவாக இல்லை.

கடைசிக் காட்சியில் "இதற்குத் தானா பாபு, என்னை எடுத்துக்கோ பாபு" என்று பாபுவை அணைத்துக் கொண்டு தன்னையே' யமுனா கொடுத்துவிடும் காட்சி, சற்று நெருடலான 'க்ளைமாக்ஸ்', 'சரியா, தப்பா' என்று நம் மனதில் எழும் குழப்பம் மதில் மேல் பூனையாகத் திரைக்கதை அமைக்கும்போது ஞான ராஜசேகரன் மனத்திலும் இருந்திருக்கும்.

படத்தின் முடிவு நாவலின் முடிவோடு ஒத்திருந்திருக்கலாம். அதுதான் சரியென்றுபடுகின்றது. முழுதாக முற்றுப்புள்ளி வைத்து முடிக்க முடியாததை அழகான ஒரு திருப்பத்தில் அழுத்தமான ஒரு கமா இட்டு முடிக்க முயன்றிருக்கிறார் ஞான ராஜசேகரன். இது இயக்குநரின் முதல் படமானாலும் ஒரு பரிபூரண படம் என்பதைத் திறந்த மனதுடன் காழ்ப்பின்றி ஒத்துக்கொள்ள வேண்டும்.

'மோகமுள்' கதையைத் திரைப்படமாக்கப் பலர் முயன்றதுண்டு. அவ்வப்போது இதிலுள்ள ஜீவன்களை உருவி படமெடுத்த நிலையில் இந்தப் படம் வெற்றி பெறுமா என்று ஒதுங்கிவிட்ட இயக்குநர்களுமுண்டு. இப்படிப்பட்ட சூழலில் ஞான ராஜசேகரனின் அசாத்தியமான தைரியத்தாலேயே இந்தத் திரைப்படம் உருவாகியிருக்கிறது. திரைப்படங்களில் முழுமையையும் - முதிர்ந்த கலையையும் தேடுகின்ற ரசிக உள்ளங்களில் 'மோகமுள்' நீண்ட நாள் நிலைத்திருக்கும்.

மக்கள் குரல்

தமிழ் உள்ளவரை தி.ஜானகிராமனின் மோகமுள் நிலைத்து நிற்கும். இந்தப் படமும்தான்

சி.கே.ராமசாமி

யமுனா (அர்ச்சனா ஜோக்லேக்கர்) ஒரு பளிங்குச் சிலை. உலகியலைப் புரிந்துகொண்ட சமத்துப் பெண். எதிலும் அப்பிக் கொள்ளாத தாமரை இலைமுத்து. அழகும் அறிவும் கொண்ட வளமான மங்கை.

இவளுக்கு என்று முளைத்த ஒரே குறை. அம்மா மராட்டிய மங்கை, அப்பா தஞ்சை மாவட்ட பிராமண நிலப்பிரபு. மராட்டிய மங்கை இளைய இரண்டாம் தாரம் ஆக முடியுமோ? ஆனாலும் நிலப்பிரபுவின் முதல்தாரமும் மராட்டிய மங்கையும் பாசமுள்ள அக்கா தங்கைகளாக விளங்குகிறார்கள்.

யமுனா கல்யாண வயதுக்கு வந்து வருகின்ற வக்கிரமான மாப்பிள்ளை பையன்களின் பார்வைகளுக்கு ஈடுகொடுத்து யாருக்கோ கல்யாணம் என்பது போல சலனமில்லாமல் நடந்து கொள்கிறாள். இளங்கன்னி முதிர்கன்னி நிலைக்கும் வந்து விடுகிறாள்.

யமுனாவுக்கு ஒரு திருமண வாழ்வு அமைய வேண்டும் என்பதற்காகச் சம்பந்தப்பட்ட அனைவரும் பாடாய்படுகிறார்கள். இந்த வேளையில் சநத்திப்பவர்தான் கதாநாயகன் பாபு. (புதுமுகம் அபிஷேக்)

யமுனாவுக்கு ஒரு மாப்பிள்ளை தேட பாபு பெரும்பாடுபடுகிறான். முதிர்கன்னி யமுனாவுக்கு இவன் 10 வயது இளையவன், படிப்பு தவிர, ஒழுக்கம் தவிர பிறருக்கு உதவும் மனப்பாங்கு தவிர, அவனுக்கு வாய்த்தது இசைக்கலை.

சங்கீத மேதை ராமண்ணாவுக்கு (நெடுமுடி வேணு) சிஷ்யன் ஆகிறான் பாபு, சங்கீதம் என்பது வித்தை அல்ல. வாழ்க்கையின் நாதம் என்று போதிக்கிறார் அவர்.

யமுனாவுக்காக பாபு, பரிந்து பரிந்து ஓடுகிறான். அவளை தெய்வக் கன்னியாக கருதுகிறான். இந்த அற்புத சொரூபிணிக்குச் சாமானியன் கணவனாக வரலாமா? ஏற்கனவே வரன் வராத வீட்டில், வந்த வரனையும் தள்ளி விடுகிறான்.

யமுனாவுக்குக் கல்யாணம் செய்து வைக்கும் வரை நான் திருமணம் செய்து கொள்ள மாட்டேன் என்று சபதம் செய்கிறான். அந்த அன்பு வேகத்தில் நானே யமுனாவைக் கட்டிக் கொள்வேன் என்கிறான்.

மாப்பிள்ளை கிடைக்கப் பெறாத யமுனாவோ, அவள் தாயாரோ இப்படி ஒரு மாப்பிள்ளை வலிய வருகிறாரே என்று மடக்கிப் போட எண்ணவில்லை. உலகின் ஒரு அற்புத இசை மேதையாகப் பரிமளிக்க வேண்டியவன் பாபு. அவனை நாம் இழுத்துக் கொள்வதாவது என்று பெருந்தன்மையோடு ஒதுக்கமாகவே இருந்து விடுகிறார்கள்.

அந்த நிலையிலும் நாளுக்கு நாள் செல்வ வளமையில் தேய்ந்து வந்த அந்த வைப்பாட்டி குடும்ப அல்லல்களும் பாபுவின் சத்திய வேகமும் திசை மாறி பிரியும் நிலைக்கு வந்து விடுகிறார்கள். பிரிந்தும் போகிறார்கள்.

தி.ஜானகிராமனின் இந்த 'மோகமுள்' கதை, தமிழில் ஒரு அமர காவியம். தமிழ் நவீனங்களில் இதுபோல வடிக்கப்பட்ட பாத்திரப் படைப்புகள் வெகு அபூர்வம். கதையைப் படித்தால், திரும்பப் படித்தால், அந்தப் பாத்திரங்கள் நம்முள் நடமாடுவார்கள். 600-700 பக்கங்கள் கொண்ட கதை - உலகின் தலைசிறந்த நாவல்களுடன் ஒப்பிடக்கூடிய இலக்கியம்.

இதில் யமுனா பேசுவது கொஞ்சம். ஆனால் அவளுடைய சின்னச் சின்ன கேள்விகள், நையாண்டிகள், இதயத்தில் பாயும் அளவு, வலிக்காமல் பாயும் அளவு கூர்மை வாய்ந்தவை. பாபு, யமுனாவின் நல்வாழ்வை விரும்பப் போய், இவள் அவனது மேன்மைக்காக தான் ஒதுங்கி விடத் தயாராக இருக்கிறாள்.

யமுனா பாபு இருவரும் பிரிந்து போய் யமுனா சோற்றுக்கும் இல்லாமல் கஷ்டப்பட பாபு, சென்னை வந்து

எங்கெங்கோ அலைகிறான். இவர்கள் வாழ்வின் பின்னணியை அறிந்த ஒரு நல்ல நண்பன். இவர்களைச் சேர்த்து வைக்க அரும்பாடு படுகிறான்.

பாபுவின் காதலை நீ ஏற்றுக் கொண்டால் என்ன? உலகின் ஒரு ஒப்பற்ற இசை மேதையாக வரக் கூடியவன். மனம் ஒடிந்து நாசமாக விடலாமா? என்று கேட்டு உருகுகிறான்.

யமுனாவும் பாபுவும் மீண்டும் சந்தித்த போது, இந்த நல்ல பாபு, காதலுக்காகக் கரையவில்லை. அவள் நல்லமுறையில் தன் காலில் நின்று வாழ வேண்டுமே; அறிவெல்லாம் இருந்தாலும் என்ன, படிப்பில்லாத பெண்ணுக்கு எங்கே வேலை தேடித்தர முடியும் என்று சுற்றி அலைகிறான். ஒரு சேவா ஸ்தாபனத்தில் சாதாரண வேலைக்காரியாக அவளைச் சேர்த்து விடுகிறான்.

அதன்பின்புதான் பாபு தன் காதலைப் பற்றி எண்ணுகிறான். விட்டு விட்டும், விடாமலும் பேசிக் கொண்டிருக்கிறோம். முக்கியமான ஒன்றை உன்னிடம் சொல்லாமலே இருக்கிறேனே, இப்போது சொல்லி விடுகிறேன் என்று திருவல்லிக்கேணி கடற்கரையில் பேசுகிறான்.

"சொல் பாபு" என்கிறாள்.

"எனக்கு நீ வேண்டும்" என்கிறான் பாபு. அவள் மவுனமாக இருக்கிறாள். சற்று நேரம் கழித்து இன்னும் நீ மறக்கவில்லையா? என்று கழிவிரக்கத்தோடு கேட்கிறாள்.

இல்லை என்று அவன் தன் உள்ளம் திறந்து பேசும்போதுதான் இந்த நாவலில் ஒரே தடவை 'மோக முள்' வருகிறது.

கட்டிப்பிடித்து புரளாத, மலரினும் மெல்லிய காமம். அதன் மணம் பரவிப் பாய்கிறது.

யமுனாவுக்காக இந்தப் படத்தின் டைரக்டரும் (ஞான ராஜசேகரன்) தயாரிப்பாளரும் (ஜானகிராமன்) தேர்ந்தெடுத்த

அர்ச்சனா ஜோக்லேக்கர் (மராட்டிய நடிகை) இந்தப் பாத்திரத்கென்றே அமைந்த உயிரோவியம்.

பாபுவாக நடித்த புதுமுகம் அபிஷேக்கிடம் முதலில் அந்தப் பாத்திரப் படைப்புக்கு உள்ள வயதைவிட, வயதும் ஆகிருதியும் அதிகமாகத் தோன்றினாலும் அந்த இளமை முகப்பொலிவும், யதார்த்தமான நல்ல உள்ளத்தைக் காண்பிக்கும் பாங்கும் வெகு சிறப்பு. நிச்சயமாக, தான் ஒரு நல்ல கலைஞர் என்பதைப் புலப்படுத்தி விட்டார்.

இந்த 'மோக முள்' படத்தில் காமிரா (தங்கர்பச்சன்) விளையாடி இருக்கிறது. தங்கம்மாள் என்ற சிறு பாத்திரத்தின் அழகை எல்லாம் வடித்து புளகம் அடையச் செய்து விடுகிறார். சினிமா கட்டுக் கோப்புக்காக மூலக் கதையின் பின்பகுதிகள் வெகுவாகக் குறைக்கப்பட்டு விட்டன. என்றாலும் "இன்னுமா என்னை மறக்கவில்லை" என்ற யமுனாவின் கேள்வி,

"உன்னை எனக்கு வேணும்" என்ற பாபுவின் மூன்றே வார்த்தைகள்.

"எல்லாம் இதுக்குத்தானா? இதுக்குத்தானா" என்று காதல் மீதே கழிவிரக்கம் கொள்ளும் யமுனாவின் மனப்பாங்கு.

இந்தப் படத்தில் கட்டாணி முத்தாக இடம்பெறச் செய்திருக்கிறார்கள். மூலக்கதையின் முடிவுதான் எவ்வளவு அழகு? நினைத்தாலே நெகிழ வைக்கிறது!

தங்கம்மா (வாணி, புதுமுகம்) இந்தப் படத்தில் ஒரு சின்ன பாத்திரம் என்றாலும் அவள் மோகத்தில் மூழ்குவதையும், அடுத்த தடவை குளத்தில் முழுகி மாய்வதையும் அனைவருமாக ஈடுபட்டு லயித்து சித்தரித்திருக்கிறார்கள்.

மூலக்கதையில் குறிப்பாக பின்பகுதியில் பல இடங்களை நழுவ விட்டவர்கள், சில சிறப்பான கட்டங்களை மூலத்திலும் சிறப்பாக வானவில்லாக வரைந்து காட்டியிருக்கிறார்கள்.

கதாபாத்திரங்கள் மற்ற எல்லோருக்குமே தி.ஜானகிராமனின் உயிர்ப்பு, உடல்மோகனம் அனைத்தையும்

பெற்று, ஒரு உன்னதமான வாழ்க்கைச் சித்திரத்தை வடித்து தந்திருக்கிறார்கள்.

ஐ.ஏ.எஸ். அதிகாரி இதனை டைரக்ட் செய்தார் என்பதைக் கேட்டபோது மனம் துள்ளியது. கதையில் முழு ஈடுபாடு கொண்டு அவர் உருவாக்கிய படம், 'மோகமுள்'. இது காலத்தை வென்று நிற்கும்.

தமிழ் உள்ளவரை தி.ஜானகிராமனின் 'மோகமுள்' நிலைத்து நிற்கும். இந்தப் படமும் தான்.

தினமணி கதிர்
'மோகமுள்' நல்ல தரமான முயற்சி

கார்மேகம்

மக்களுக்கு நன்கு அறிமுகமான பிரபல இலக்கிய கர்த்தாக்களின் தரமான படைப்புகளைத் திரைப்படமாக்குவது என்பது வர்த்தக நோக்கில் ஒரு விஷப்பரீட்சைதான். இருந்தும் தலைசிறந்த எழுத்தாளர்களில் ஒருவரான தி.ஜானகிராமனின் 'மோகமுள்' நாவலை இப்போது வெள்ளித்திரைக்குக் கொண்டு வந்திருக்கிறார்கள். துணிச்சலான முயற்சி.

அர்த்தமில்லாத டப்பாங்கூத்துக்கள், பாலியல் வன்முறைகள், அடிதடி, ஆர்ப்பாட்டம், விரசமான நடனம், கோமாளித்தனமான குதியாட்டம், இரட்டை அர்த்த வசனங்களால் நிரப்பி கலை அம்சமோ, கதை அம்சமோ இல்லாமல் தமிழ்த் திரைப்படத்துறையின் கலாச்சாரத்தை மசாலாவாக்கி எங்கோ கொண்டு சென்று விட்டார்கள். இந்நிலையில் 'மோகமுள்' போன்ற திரைப்பட முயற்சிகளை விஷப்பரீட்சை என்று சொல்லாமல் வேறு என்னென்பது? நடைமுறை தமிழ் சினிமாக் கலாச்சாரத்திலிருந்து விலகி வித்தியாசமாகச் சிந்தித்து தரமான தமிழ் நாவலைத் திரைப்படமாக்கித் தந்தவர்களை மனமார பாராட்ட வேண்டும்.

ஒரு நல்ல நாவலை வாசிக்கையில் ஏற்படும் மன நிறைவும், சிலிர்ப்பும், உணர்வுகளும் அதனைச் சினிமாவாகப் பார்க்கும்போது ஏற்படுவதில்லை என்பது பரவலான கணிப்பு. ஏற்கெனவே, கல்கி, அகிலன், ஜெயகாந்தன், மு.வ., அண்ணா, கொத்தமங்கலம் சுப்பு, லக்ஷ்மி, மணியன், சுஜாதா, புஷ்பா தங்கதுரை, ரா.கி.ரங்கராஜன் என்று பலரது நாவல்கள் பல திரைப்படங்களாக வெளிவந்தன. அவற்றுள் வெற்றி பெற்றவை எவையென விரல்விட்டு எண்ணிவிடலாம்.

இதை எல்லாம் உணர்ந்திருந்தும், 'மோகமுள்' நாவலைத் தயாரிப்பாளர் டி.என்.ஜானகிராமனும் இயக்குநர்

ஞான.ராஜசேகரனும் திரைப்படமாக்கத் துணிந்திருக்கிறார்கள். தமிழ்த் திரைப்படத் தயாரிப்புத் துறையைப் பொருத்தவரை, மற்றவர்களைப் போன்று மசாலா வழியைப் பின்பற்றாமல் அவர்கள் வித்தியாசமாக யோசிக்க முன்வந்ததே நல்ல காரியம் அல்லவா?

தயாரிப்பாளர் ஜானகிராமன் இப்படத்தை எடுக்க ரொம்பவும் சிரமப்பட்டிருப்பார் போலிருக்கிறது. இதனை ஒரு தவமாக அவர் மேற்கொண்டிருந்தார் என்பதை அவருடன் பேசியபோது புரிந்துகொள்ள முடிந்தது. இதற்கு முன் இவர், 'தாகம்', 'இவர்கள் வித்தியாசமானவர்கள்', 'ஒரு வாரிசு உருவாகிறது' என்று பல படங்களை எடுத்தவர். அவற்றில் இருந்து 'மோகமுள்' தனித்துவமானது; "கலையம்சம், கதையம்சம் நிறைந்த, வர்த்தக நோக்கில் வெற்றி பெறக்கூடிய, அனைத்து மக்களுக்குமான படம் இது" என்கிறார்.

'மோகமுள்' படத்தின் இயக்குநர் ஞான.ராஜசேகரன். எழுத்தாளர் ஐ.ஏ.எஸ். அதிகாரி, பிராந்தியத் திரைப்படத் தணிக்கை குழு தலைவர் பதவி வகிக்கிறார். அவருக்கு இதுதான் முதல் படம். எதையும் வித்தியாசமாகச் செய்ய வேண்டும் என்ற அவரது ஆர்வம் 'மோகமுள்'ளில் முத்திரை குத்தப்பட்டுள்ளது.

1950களில், தஞ்சாவூர் மவட்டத்தின் பின்னணியில் எழுந்த கதை இது. கும்பகோணம் துக்காம்பாளையத் தெரு பிராமணர்க்கும் அவரது ஆசைநாயகியான மராத்தியப் பெண்மணிக்கும் பிறந்த யமுனாவுக்குத் திருமணம் தடைப்பட்டுக் கொண்டே போகிறது. கிழடு தட்டிப் போன வரன்கள் கூட கலப்பு மணத்தில் பிறந்த பெண் எனத் தெரிந்து உதறிவிட்டு ஓடுகின்றனர். பெண் பார்க்கும் படலத்திலேயே அவளது இளமை கழிந்து 30 வயதாகி விடுகிறது. பண்ணையார்கள் கூட அவளைச் சின்ன வீடாக வைத்துக்கொள்ளத்தான் முன் வருகிறார்கள்.

யமுனா வீட்டிற்கு உதவி, ஒத்தாசையாக இருக்கும் பாபு என்ற 20 வயதுக் கல்லூரி இளைஞன் யமுனாவுக்கு வரன் பார்த்து

வெறுத்துப் போகிறான். ஆனால் அவனுக்குத் தெரியாமலே அவன் அடி மனத்தில் யமுனாவைக் குடியிருத்தி இருக்கிறான்.

ஒரு கிழவனின் இரண்டாம் தார இளம் மனைவி பாபுவின் இளமையில் கிறங்கி, அவனைப் பலாத்காரமாக அடைய முயல்கிறாள். அப்போதுதான், யமுனாவை தான் காதலிப்பது அவனுக்குப் புரிகிறது. உடனே யமுனாவிடம் ஓடி, தானே அவளை மனைவியாக்கிக் கொள்வதாக ஆசையோடு கூறுகிறான். அவளோ, "நீ பெரிய இசை மேதையாக வரவேண்டியவன். அதில் கவனம் செலுத்து. நானோ மூழ்கிக்கொண்டிருக்கிற கப்பல். என்னில் ஒண்ட இடம் தேடாதே" எனக் கூறி அனுப்பிவிடுகிறாள். இதனால் ஏமாற்றத்துடன் திரும்பிய பாபு சங்கீதத்தில் தன்னை மறக்க முயன்று தோற்று, ஊரைவிட்டுச் சென்னைக்கு ஓடுகிறான். அங்கும் யமுனாவின் நினைவால் சங்கீதத்தில் அவனால் ஈடுபட முடியவில்லை.

இதை அறிந்த அவன் நண்பன், யமுனாவின் ஊருக்குச் சென்று "உன்னால் ஒரு இசை மேதை நாசமாகிறான்" எனச் சொல்லி வருந்துகிறான். அவள் உடனே சென்னைக்குப் பாபுவைத் தேடி வந்து, அவனிடம் தன்னை அர்ப்பணிக்கிறாள். "இதற்குத்தானே ஏங்கினாய்? உன்னை அழிக்கிறாய். என்னை எடுத்துக்கொள். நான் உனக்குத்தான். இனி தம்புராவை எடு" எனக் கூறி சங்கீதத்தில் அவனை உயிர்த்தெழச் செய்கிறாள்.

சிக்கல் இல்லாத தெளிந்த நீரோட்டம் போன்ற கதை. அதற்கு ஊறு செய்யாமல் படமாக்கி இருக்கிறார்கள். சில இடங்களில் காமிரா நகர மறுப்பதால் படம் மெதுவாக, நிதானமாக ஓடுவது போல இருக்கிறது. தஞ்சாவூர் மிராசுதாரர்களின் டாம்பீகத்தை, அதைக் காட்டவே அவர்கள் சங்கீதத்தை வளர்க்க ஆர்வம் காட்டியதைப் படம் தொட்டுக் காட்டத் தவறவில்லை.

கதாநாயகி யமுனாவாக வரும் அர்ச்சனா ஜோக்லேக்கர் ஹிந்தி, மராத்திய சினிமா - சின்னத்திரை முன்னணி நடிகை மராத்தியப் பெண்மணிக்குப் பிறந்த பெண்ணாக நடிக்கப்

பொருத்தமான தேர்வு. பம்பாயில் மூன்று மாதங்கள் தங்கி அவரை வலைவீசிப் பிடித்தார்களாம். அலட்டிக் கொள்ளாமல் கச்சிதமாக நடித்திருக்கிறார்.

பாபுவாக நாடக நடிகர் அபிஷேக் மனத்தில் நிற்கும் நடிப்பு. ஆனாலும் அனைவரையும் ஈர்ப்பவர் சங்கீத மேதை ரங்கண்ணாவாக வரும் மலையாள நடிகர் நெடுமுடி வேணுதான். சங்கீத மும்மூர்த்திகள் பிறந்த மண்ணின் இசைப் பாரம்பரியத்தை அவர் சொல்லாலும் செயலாலும் நினைவில் பதித்துவிடுகிறார். "சங்கீதம் வித்தையல்ல; அது வாழ்க்கை" என உபதேசித்து, பாபுவைச் சங்கீத மேதையாக்கக் கனவு கண்ட ரங்கண்ணா கனவு நிறைவேறிய திருப்தியில் தம் இசைப்புலமை அனைத்தையும் பாபுவின் தோள்களில் ஏற்றிவிட்டுக் கண் மூடுகிறார்.

டெல்லி கணேஷ், வெண்ணிற ஆடை மூர்த்தி, விவேக், கமலா காமேஷ் என்று சில தெரிந்த நடிகர்கள் வந்ததும் தெரியவில்லை, போனதும் தெரியவில்லை.

இப்படத்தின் சிறப்பே நமக்கு அறிமுகம் இல்லாதவர்களை முக்கிய பாத்திரங்களில் உலவவிட்டிருப்பது தான். அதனால் அப்பாரத்திரங்களிலேயே நாம் ஒன்றிவிட முடிகிறது.

ஒளிப்பதிவு சன்னி ஜோசப்பும் தங்கர்பச்சானும் நம்மை 45 ஆண்டுகளுக்கு முன்பிருந்த கும்பகோணப் பகுதி கிராமங்களுக்குக் கொண்டுசென்று அங்கேயே கோயில், குளங்கள் எனச் சுற்ற வைத்து விடுகிறார்கள்.

மொத்தத்தில் 'மோகமுள்' நல்ல தரமான முயற்சி இத்தகைய முயற்சிகள் வரவேற்கப்பட வேண்டும் அப்போதுதான் தமிழ் சினிமா உலகில் ஆரோக்கியமான மாற்றங்களுக்கு வழி பிறக்கும்.

வர்த்தக ரீதியிலும் 'மோகமுள்' படம் வெற்றி பெற்றால், அது தமிழ் மக்களின் சிறந்த ரசனையின் வெளிப்பாடாகக் கருதப்படும்.

வேல்சாமி, பொ, மார்க்ஸ். அ., 1992: மே, "தொல்காப்பிய உருவாக்கத்தின் பண்பாட்டு அரசியல்", பாளையங்கோட்டை: மேலும்.

ஜனாதன் கல்லர், 2005, இலக்கியக் கோட்பாடு மிகச்சுருக்கமான அறிமுகம், புத்தாநத்தம்: அடையாளம்.

ஜீவா. மு., 2010, சொல்லாடல்கள், சென்னை : உலகத் தமிழாராய்ச்சி நிறுவனம்.

ஜெயராசா.சபா., 2008, இலக்கியத் திறனாய்வுக் கோட்பாடுகள், கொழும்பு : சேம்மடு பதிப்பகம்.

2004: சுற்றுச் சூழல் கல்வி, பெரியார் ஈ.வே.ரா. கல்லூரி, திருச்சி.

Bakhtin, M.M., Medvedev. P.N., 1991, *The Formal Method in Literary Scholarship*, London: The Johns Hopkins University press.

Bakhtin, M.M., 1999, *Toward a Philosiphy of the Act*, Austin: University of Texas Press.

Bakhtin. M.M., 2007, *Speech Genres & Other Late Essays*, Austin: University of Texas Press.

Bakhtin, M.M., 2008, *The Dialogic Imagination*, Austin: University of Texas Press.

Bakhtin, M.M., 2009, *Problems of Dostoyevsky's Poetics*, London: University of Minnesota

Morris. Pam (Ed.), 1994: *The Bakhtin Reader: Selected Writings of Bakhtin, Medvedev and Voloshinov*, London: Arrnold.

Peter Barry, 2011: *Beginning Theory an Introduction to Literary and Cultural Theory*, Viva Books, New Delhi.

Ramasamy. P., 1999 : *The Fiction of Philip Roth A Bakhtinian Study*, Pondicherry: Busy Bee Books.